100 Công Thức Làm Bánh Crêpe Và Bánh Kếp Ngon

100 CÔNG THỨC LÀM BÁNH CRÊPE VÀ BÁNH KÈO ĐA DẠNG VÀ ĐA DẠNG

Hoa Võ

Tài liệu bản quyền ©2023

Đã đăng ký Bản quyền

Không phần nào của cuốn sách này có thể được sử dụng hoặc truyền đi dưới bất kỳ hình thức nào hoặc bằng bất kỳ phương tiện nào mà không có sự đồng ý bằng văn bản của nhà xuất bản và chủ sở hữu bản quyền, ngoại trừ các trích dẫn ngắn được sử dụng trong bài đánh giá. Cuốn sách này không nên được coi là tài liệu thay thế cho các lời khuyên về y tế, luật pháp hoặc chuyên môn khác.

MỤC LỤC

- MỤC LỤC 3
- **GIỚI THIỆU** 6
- **BÁNH CRÊP** 7
  1. Bánh crepe việt quất-chanh 8
  2. Bánh crepe lê với phô mai Macadamia 10
  3. Bánh crepe dâu tây 13
  4. Bánh crepe với bơ mận 15
  5. Bánh crepe chuối 17
  6. Bánh crepe anh đào 19
  7. Bánh crepe quất hồ đào 21
  8. Bánh Crêpes trái cây nhiệt đới 24
  9. Bánh crepe chanh 26
  10. Bánh crepe sốt trái cây Chablis 29
  11. Bánh crepe Ambrosia 31
  12. Berry Crêpes sốt cam 33
  13. Bánh crepe vị mơ-oải hương 35
  14. Bánh crepe nghệ tây 38
  15. Bánh xèo pansy 40
  16. Bánh crepe thảo mộc 42
  17. Bánh crepe ăn sáng Oreo 44
  18. Bánh crepe kem 46
  19. Crêpes kem lấy cảm hứng từ Suzette 48
  20. Red Velvet Crêpes với nhân kem phô mai 50
  21. Bánh kếp Tiramisu 52
  22. Hazelnut Crêpes với kem cà phê 55
  23. Bánh crepe nóng hổi 58
  24. Crêpes nhân bánh trứng đường 60
  25. Bánh crepe bơ cam 62
  26. Bánh Crêpe Microgreen 65
  27. Bánh Crêpes nhân đậu gà nấm 67
  28. Crêpes rau bina phô mai 69
  29. Ube Crêpes 72
  30. Bánh crepe nhân cà tím 74
  31. Bánh xèo đậu phụ 76
  32. Bánh crepe đậu lăng & cỏ cà ri 78
  33. Bánh crepe bột đậu xanh 80
  34. Kem lúa mì Crêpes 82
  35. Bánh crepe thịt xông khói và trứng 84
  36. Bánh crepe thịt bò 86
  37. Crêpes thịt heo BBQ 88

38. Bánh crepe thịt nguội và táo 92
39. Bánh Crêpes trứng, giăm bông và phô mai 94
40. Bánh Crêpe Thổ Nhĩ Kỳ Deli 96
41. Bánh Crêpes gà Mexico 98
42. Bánh crepe gà cà ri 100
43. Crêpes cá ngừ phô mai 102
44. Crêpes hải sản cà ri 104
45. Bánh crepe tôm nhiều lớp 106
46. Crêpes sò điệp và nấm 108
47. Bánh Crêpe cá hồi xông khói 110
48. Bánh crepe chuối sống 112
49. Bánh táo sống 114
50. Bánh crepe mâm xôi sô cô la thô 116

BÁNH XÈO 119

51. Bánh kếp nhung đỏ 120
52. Bánh kếp sô cô la đen 122
53. Bánh dứa úp ngược 125
54. Bánh trứng đường chanh 128
55. Bánh xèo quế 131
56. Bánh kefir 134
57. Bánh pancake phô mai 136
58. Bánh kếp bột yến mạch 138
59. Bánh xèo 3 nguyên liệu 140
60. Bánh kếp bơ hạnh nhân 142
61. Bánh kếp Tiramisu 144
62. Bánh pancake chanh việt quất 147
63. Bánh kếp diêm mạch 150
64. Bánh yến mạch sữa chua Hy Lạp 152
65. Bánh kếp gừng 154
66. Bánh kếp sữa chua Hy Lạp 157
67. Bánh pancake nho khô bột yến mạch 159
68. Bánh kếp bơ đậu phộng và thạch 162
69. Bánh kếp thịt xông khói 164
70. Bánh hạnh nhân phúc bồn tử 167
71. Bánh kếp đậu phộng, chuối và sô cô la 170
72. Bánh pancake dừa vani 172
73. Bánh pancake socola dừa hạnh nhân 175
74. Bánh pancake dâu tây 178
75. Bánh kếp bơ đậu phộng 181
76. Bánh kếp sô cô la Mexico 183
77. Bánh sinh nhật bất ngờ 185

78. Bánh kẹp quái vật xanh 187
79. Bánh pancake vị vani 190
80. Bánh kẹp Piña colada 192
81. Bánh hạnh nhân anh đào 194
82. Bánh xèo chìa vôi 196
83. Bánh kẹp gia vị bí đỏ 198
84. Bánh pancake chuối socola 200
85. Bánh hạnh nhân vani 202
86. Bánh xèo khỉ vui nhộn 204
87. Bánh kẹp vani 206
88. Bánh pancake xoài việt quất 208
89. Bánh kẹp mocha 210
90. Bánh xèo 212
91. Bánh pancake cà rốt 215
92. Bánh chuối mật ong 218
93. Bánh kẹp chuối việt quất 220
94. Bánh quế táo 222
95. Bánh pancake dâu tây 224
96. Bánh kẹp việt quất 226
97. Bánh pancake dâu chuối 228
98. Đào và bánh kẹp kem 230
99. Bánh pancake chuối 232
100. Bánh kẹp nhiệt đới 234

PHẦN KẾT LUẬN 237

GIỚI THIỆU

Bánh crepe và bánh kếp là những món ăn sáng được yêu thích có thể được thưởng thức theo nhiều cách khác nhau. Từ món ngọt đến món mặn, chúng có thể được làm đầy với nhiều loại nguyên liệu và phủ lên trên lớp phủ yêu thích của bạn. Kết cấu tinh tế và mỏng của bánh crepe khiến chúng trở nên hoàn hảo cho bữa sáng nhẹ hoặc món tráng miệng, trong khi bánh kếp là món ăn sáng cổ điển với kết cấu mịn chắc chắn sẽ khiến bạn hài lòng.

Mềm, ngọt, mặn, đa năng, thơm ngon, bữa nửa buổi, bữa sáng, dễ dàng, nhanh chóng, thân thiện với gia đình, cổ điển, thoải mái, sáng tạo, tự làm, truyền thống, quốc tế, trái cây, sô cô la, Nutella, quế, việt quất, chuối, táo, chanh, Phô mai, Thịt xông khói, Xúc xích, Giăm bông, Rau bina, Nấm, Feta, Ricotta, Kem đánh bông, Xi-rô, Mật ong, Mứt, Sữa bơ, Không chứa gluten, Không chứa sữa, Ăn chay, Thuần chay, Tốt cho sức khỏe, Thích thú, Ấn tượng, Hoàn hảo, Mẹo, Thủ thuật

Cho dù bạn đang tìm kiếm một công thức đơn giản và cổ điển hay thứ gì đó sáng tạo hơn một chút, thì vẫn có vô số tùy chọn để bạn lựa chọn. Vì vậy, hãy bắt tay vào nấu ăn và khám phá một số công thức làm bánh crepe và pancake ngon!

BÁNH CRÊP

1. Bánh crepe việt quất-chanh

Thực hiện: 6 phần ăn

THÀNH PHẦN:
- Gói pho mát kem 3 ounce làm mềm
- 1½ chén rưỡi
- 1 muỗng canh nước cốt chanh
- 3¾ gói hỗn hợp bánh pudding chanh ăn liền
- ½ chén hỗn hợp nướng bánh quy
- 1 quả trứng, đánh tan
- 6 muỗng canh sữa
- 1 chén nhân bánh việt quất

HƯỚNG DẪN:
a) Kết hợp pho mát kem, nửa rưỡi, nước cốt chanh và hỗn hợp bánh pudding khô trong một cái bát.
b) Đánh bằng máy trộn điện ở tốc độ thấp trong 2 phút.
c) Làm lạnh trong 30 phút. Bôi nhẹ một cái chảo 6 inch và đặt trên lửa vừa và cao.
d) Trong một cái bát, kết hợp hỗn hợp nướng bánh quy, trứng và sữa. Đánh bại cho đến khi thắng.
e) Đổ 2 thìa bột vào chảo cho mỗi chiếc Crêpe.
f) Xoay chảo nhanh, để bột phủ kín đáy chảo.
g) Nướng từng chiếc bánh Crêpe cho đến khi có màu vàng nhẹ, sau đó lật mặt và nấu lại cho đến khi vàng đều.
h) Múc 2 thìa đầy hỗn hợp kem phô mai lên từng chiếc bánh Crêpe và cuộn lại.
i) Trên cùng với hỗn hợp pho mát kem còn lại và nhân bánh.

2. Bánh Crêpes lê với phô mai Macadamia

Làm: 8 bánh crêpe lớn

THÀNH PHẦN:
BÁNH CRẾP
- 2 muỗng canh dầu ô liu, cộng thêm dầu cho chảo rán
- 1½ chén bột mì đa dụng không chứa gluten
- 1½ cốc sữa hạnh nhân
- 2 muỗng canh hạt lanh xay mịn trộn với 6 muỗng canh nước
- 1 muỗng cà phê baking soda
- Nhúm muối biển chưa tinh chế

THẢO DƯỢC LÊ LÊ
- 4 quả lê vừa, bỏ lõi và thái lát
- Nhúm thảo quả
- ½ cốc nước lọc, chia
- 2 muỗng canh đường mía hữu cơ
- 1 muỗng canh bột năng

KEM PHÔ MAI
- Macadamia kem phô mai

HƯỚNG DẪN:

a) Đối với bột bánh crêpe, trong một bát lớn, kết hợp 2 muỗng canh dầu, bột mì, sữa hạnh nhân, hỗn hợp nước hạt lanh, muối nở và muối rồi đánh đều.

b) Trong một chiếc chảo lớn trên lửa vừa, cho một lượng dầu vừa đủ để láng đều đáy chảo và đổ một lượng bột crêpe vừa đủ để tráng mỏng chảo. Nấu trong khoảng 1 phút hoặc cho đến khi bong bóng biến mất và lật. Lặp lại với phần bột còn lại cho đến khi hết phần bột.

c) Đối với lớp trên cùng, trong chảo rán vừa trên lửa nhỏ đến trung bình, thêm lê, bạch đậu khấu và ¼ cốc nước. Nấu khoảng 5 phút hoặc cho đến khi lê hơi mềm. Trong một bát thủy tinh nhỏ, kết hợp ¼ cốc nước, đường và bột sắn còn lại cho đến khi chúng được trộn đều.

d) Cho hỗn hợp đường-bột sắn vào lê, khuấy liên tục. Cho phép nấu thêm một phút nữa hoặc cho đến khi nước sốt đặc lại.

e) Cho ⅛ hỗn hợp lê và ⅛ pho mát kem macadamia lên trên mỗi chiếc bánh crêpe. Phục vụ ngay lập tức.

3. bánh crepe dâu tây

Thực hiện: 6 phần ăn

THÀNH PHẦN:
- Bơ để chiên bánh Crêpes
- 3 quả trứng lớn
- ⅔ cốc kem béo
- 3 muỗng canh hỗn hợp nướng Dr. Atkins
- 4 muỗng canh đường thay thế
- ⅛ muỗng cà phê chiết xuất hạnh nhân
- ¼ muỗng cà phê chiết xuất vani
- ½ thìa cà phê vỏ cam nạo

DÂU TÂY ĐIỀN:
- 2 cốc dâu tây, rửa sạch, gọt vỏ và thái lát
- 6 muỗng canh Đường Đôi đường thay thế

HƯỚNG DẪN:
a) Chuẩn bị chảo dày 8 inch hoặc chảo Crêpe với bơ đun nóng. Đánh đều tất cả các thành phần Crêpe với nhau trong một bát trộn.

b) Khi bơ ngừng sủi bọt, đổ 1/6 hỗn hợp Crêpe vào chảo, đảm bảo phủ đều đáy.

c) Nấu cho đến khi phần dưới chín vàng và phần trên chín. Sử dụng thìa để lật bánh Crêpe và làm nâu mặt còn lại. Sau khi hoàn thành, chuyển sang khăn giấy.

d) Lặp lại quy trình này với bột và bơ còn lại.

e) Tiếp theo, làm nhân bánh bằng cách kết hợp dâu tây với đường thay thế và múc khoảng 1 hỗn hợp lên mỗi chiếc bánh Crêpe.

f) Thêm kem đánh bông nhẹ để hương vị và trang trí với dâu tây còn lại.

4. Bánh crepe với bơ mận

Làm cho: 4

THÀNH PHẦN:
- lon soda 355ml
- 1,5 cốc sữa thực vật
- 2 muỗng canh dầu hạt cải
- 2 chén bột mì AP
- chút muối
- dầu để bôi trơn chảo
- bơ mận để làm đầy

HƯỚNG DẪN:
a) Trong một bát trộn, trộn đều tất cả các thành phần, ngoại trừ dầu và bơ mận.

b) Làm nóng trước chảo rán trên lửa lớn trong 2-4 phút hoặc cho đến khi rất nóng.

c) Giảm nhiệt xuống mức trung bình cao sau khi quét nhẹ chảo bằng dầu.

d) Đổ một lớp bột mỏng vào chảo và dàn đều khắp đáy.

e) Lật bánh Crêpe khi các cạnh bắt đầu bong ra khỏi chảo và nấu thêm một hoặc hai phút nữa.

f) Chuyển bánh Crêpes ra đĩa và để nguội trong vài phút.

g) Phủ một ít bơ mận lên chúng và cuộn hoặc gấp chúng thành hình tam giác.

5. Crêpes kem chuối

Thực hiện: 6 phần ăn

THÀNH PHẦN:
- 4 Quả chuối, chia nhiều lần sử dụng
- Hộp 8 ounce kem caramel
- Sữa chua có hương vị
- ½ chén kem đánh bông hoặc đông lạnh
- Topping không sữa,
- rã đông, cộng thêm cho
- Trình bày
- 6 bánh crepe làm sẵn
- Xi-rô cây thích hoặc sô-cô-la

HƯỚNG DẪN:
a) Cho 2 quả chuối vào máy xay thực phẩm hoặc máy xay sinh tố và xay cho đến khi mịn.

b) Thêm sữa chua, và trộn. Cho topping đã đánh bông vào khuấy đều.

c) Cắt chuối còn lại thành đồng xu. Đặt sang một bên, 12 lát cho topping.

d) Đặt Crêpe lên từng đĩa phục vụ: chia hỗn hợp sữa chua lên từng chiếc Crêpe.

e) Chia các lát chuối còn lại và kem tươi hoặc topping.

f) Rưới xi-rô lên từng chiếc bánh Crêpe.

6. bánh crepe anh đào

Thực hiện: 10 phần ăn

THÀNH PHẦN:
- 1 cốc Kem chua
- ⅓ chén đường nâu, đóng gói chắc chắn
- 1 chén hỗn hợp bánh quy
- 1 quả trứng
- 1 cốc sữa
- 1 hộp nhân Cherry pie
- 1 muỗng cà phê chiết xuất cam

HƯỚNG DẪN:
a) Trộn kem chua và đường nâu, và đặt sang một bên. Kết hợp hỗn hợp bánh quy, trứng và sữa.

b) Trộn cho đến khi mịn. Làm nóng chảo 6 inch có dầu.

c) Chiên hỗn hợp bánh quy 2 muỗng canh mỗi lần cho đến khi có màu nâu nhạt, chuyển sang màu nâu.

d) Đổ đầy mỗi Crêpe với một phần hỗn hợp kem chua. Cuộn lên.

e) Đặt mặt đường may xuống trong đĩa nướng. Đổ nhân bánh anh đào vào chung.

f) Nướng ở 350 ~ trong 5 phút. Đổ chiết xuất cam lên bánh Crêpes và châm lửa để phục vụ.

7. Bánh Crepe Kumquat-pecan

Làm cho: 1 mẻ

THÀNH PHẦN:
- ½ chén quất bảo quản
- 3 quả trứng lớn
- 1½ chén Hồ đào, thái hạt lựu
- ¾ cốc Đường
- ¾ chén Bơ, nhiệt độ phòng
- 3 muỗng canh Cognac
- ½ chén hồ đào, thái hạt lựu
- ¼ chén đường
- ¼ chén bơ, tan chảy
- ½ cốc cognac

HƯỚNG DẪN:
ĐỂ ĐIỀN:
a) Bỏ hạt, cắt nhỏ và vỗ khô quất, để riêng ⅓ cốc xi-rô quất.

b) Kết hợp trứng, 1½ chén quả hồ đào, ¾ chén đường, ¾ chén bơ, quả quất và 3 muỗng canh rượu Cognac trong bộ xử lý hoặc máy xay sinh tố và trộn đều bằng cách bật/tắt. Biến thành một cái bát.

c) Che và đóng băng trong ít nhất 1 giờ.

ĐỂ LẮP RÁP:
d) Phết bơ cho hai đĩa nướng 7x11 inch.

e) Dự trữ ⅓ cốc nước sốt. Đổ vào mỗi chiếc Crêpe khoảng 1 ½ đến 2 thìa nhân. Cuộn Crêpes thời trang xì gà.

f) Sắp xếp mặt đường may xuống thành một lớp trong các món nướng đã chuẩn bị.

g) Làm nóng lò ở 350 độ. Rắc những quả hồ đào và đường còn lại lên bánh Crêpes và rưới bơ tan chảy lên trên.

h) Nướng cho đến khi sủi bọt nóng, khoảng 15 phút.

i) Trong khi đó, kết hợp ⅓ cốc nhân dành riêng, 2 thìa rượu Cognac và ⅓ cốc xi-rô quất dành riêng trong một cái chảo nhỏ và đun ở lửa nhỏ.

j) Làm ấm phần Cognac còn lại trong một cái chảo nhỏ.

k) Khi ăn, xếp bánh Crêpes ra đĩa và rưới nước sốt lên trên. Đốt cháy Cognac và đổ lên trên, lắc đĩa cho đến khi ngọn lửa dịu xuống. Phục vụ ngay lập tức.

8. Bánh crepe trái cây nhiệt đới

Làm cho: 4 phần ăn

THÀNH PHẦN:
- 4 ounces Bột mì, rây
- 1 nhúm muối
- 1 muỗng cà phê Đường cát
- 1 quả trứng, cộng với một lòng đỏ
- ½ lít sữa
- 2 muỗng canh Bơ tan chảy
- 4 ounce Đường
- 2 muỗng canh Brandy hoặc rượu rum
- 2½ cốc hỗn hợp trái cây nhiệt đới

HƯỚNG DẪN:
a) Để làm bột bánh Crêpe, cho bột mì, muối và đường vào tô và trộn đều.
b) Dần dần đánh trứng, sữa và bơ. Để yên trong ít nhất 2 giờ.
c) Làm nóng chảo đã tráng một lớp mỡ nhẹ, khuấy bột và dùng để làm 8 chiếc bánh Crêpes. Giữ ấm.
d) Để làm nhân bánh, cho hỗn hợp trái cây nhiệt đới vào nồi cùng với đường và đun nhẹ cho đến khi đường tan hết.
e) Đun sôi và đun cho đến khi đường caramen. Thêm rượu mạnh.
f) Đổ trái cây vào từng chiếc Crêpe và dùng ngay với kem hoặc creme fraiche.

9. bánh crepe chanh

Thực hiện: 6 phần ăn

THÀNH PHẦN:
- 1 trứng lớn
- ½ cốc sữa
- ¼ chén bột mì đa dụng
- 1 muỗng cà phê Đường
- 1 thìa cà phê vỏ chanh nạo
- 1 nhúm muối
- Bơ hoặc dầu cho chảo

SỐT CHANH:
- 2 chén nước
- 1 chén đường
- 2 trái chanh, cắt lát mỏng, bỏ hạt

LÀM KEM:
- 1 cốc kem nặng, lạnh
- 2 muỗng cà phê Đường
- 1 muỗng cà phê chiết xuất vani

HƯỚNG DẪN:
BÁNH CRÊPE:
a) Đánh nhẹ trứng và sữa với nhau trong một bát trộn vừa.

b) Thêm bột mì, đường, vỏ chanh và muối và đánh cho đến khi mịn.

c) Làm lạnh trong ít nhất 2 giờ hoặc qua đêm.

SỐT CHANH:
d) Đun nước và đường trong nồi vừa nặng cho đến khi đường tan.

e) Thêm lát chanh và đun nhỏ lửa trong 30 phút. Làm mát đến nhiệt độ phòng.

LÀM CRÊPES:
f) Tráng chảo Crêpe trên chảo chống dính 6 inch với một lớp bơ hoặc dầu mỏng.

g) Đun nóng chảo trên lửa vừa cao.

h) Đổ 2 muỗng canh bột bánh Crêpe vào và nhanh chóng nghiêng chảo để dàn đều bột.

i) Nấu cho đến khi đáy có màu vàng và cạnh tách ra khỏi thành chảo, khoảng 3 phút.

j) Lật bánh Crêpe và nướng mặt thứ hai trong khoảng 1 phút.

k) Để nguội trên đĩa và lặp lại với phần bột còn lại để làm tất cả 8 chiếc bánh Crêpes.

l) Ngay trước khi phục vụ, làm phần nhân kem: đánh kem, đường và vani trong tô trộn cho đến khi tạo thành các đỉnh cứng.

m) Đặt 2 chiếc bánh Crêpes, mặt vàng hướng xuống dưới, trên mỗi đĩa tráng miệng.

n) Múc nhân kem vào từng chiếc bánh Crêpe và cuộn lại, gấp mép lại và úp mặt đường may xuống đĩa.

o) Đổ ¼ chén nước sốt chanh lên mỗi khẩu phần và phục vụ ngay lập tức.

10. Bánh Crepe Sốt Trái Cây Chablis

Làm cho: 4 phần ăn

THÀNH PHẦN:
- 3 quả trứng
- 1 ly Sữa tách béo
- 1 chén bột mì
- ⅛ muỗng cà phê muối
- bình xịt nấu ăn
- ½ chén rượu Chablis
- ¼ chén nước
- ¼ chén đường
- 1 muỗng canh bột bắp
- ¾ chén dâu tây tươi hoặc đông lạnh
- ½ chén cam thái hạt lựu
- 1 muỗng canh Nước
- Bánh Crêpe 4 Người Yêu

HƯỚNG DẪN:

a) Kết hợp 4 thành phần đầu tiên và trộn ở tốc độ thấp trong khoảng một phút. Cạo xuống hai bên và trộn đều cho đến khi mịn.

b) Để yên 30 phút. Phủ lên đáy món trứng tráng 6½ inch hoặc chảo rán bằng bình xịt nấu ăn.

c) Đun nóng chảo trên lửa nhỏ.

d) Đổ vào khoảng 3 muỗng canh bột, nghiêng chảo để dàn đều bột.

e) Nấu cho đến khi có màu nâu nhạt ở mặt dưới - lật lại và làm nâu mặt còn lại.

f) Để bảo quản, hãy bọc bánh Crêpes đã tách bằng giấy sáp, để đông lạnh hoặc cho vào tủ lạnh.

SỐT TRÁI CÂY CHABLIS:

g) Trong một cái chảo nhỏ, kết hợp 3 nguyên liệu đầu tiên - đun sôi - đun nhỏ lửa trong 5 phút.

h) Khuấy bột ngô và 1 muỗng canh nước cho đến khi mịn.

i) Khuấy vào hỗn hợp rượu và đun nhỏ lửa trong vài phút cho đến khi đặc lại, thỉnh thoảng khuấy.

j) Thêm trái cây và đun cho đến khi trái cây nóng. Đổ đầy bánh Crêpes, gấp lại và múc thêm nước sốt lên trên.

11. Ambrosia Crêpes

Làm cho: 1 phần ăn

THÀNH PHẦN:
- 4 bánh crepe
- Cocktail trái cây lon 16 ounce
- 1 lon Topping tráng miệng đông lạnh - rã đông
- 1 quả chuối chín thái nhỏ
- ½ chén kẹo dẻo thu nhỏ
- ⅓ chén dừa nạo

HƯỚNG DẪN:
a) Trang trí thêm topping và trái cây.
b) Để đông lạnh chồng bánh Crêpes có lót giấy sáp ở giữa.
c) Bọc trong giấy bạc nặng hoặc giấy đông lạnh.
d) Làm nóng trong lò nướng 350° trong 10-15 phút.

12. Berry Crêpes sốt cam

Làm cho: 4 phần ăn

THÀNH PHẦN:
- 1 chén quả việt quất tươi
- 1 chén dâu tây thái lát
- 1 muỗng canh Đường
- Ba gói 3 ounce kem pho mát mềm
- ¼ chén mật ong
- ¾ chén nước cam
- 8 bánh crepe

HƯỚNG DẪN:
a) Kết hợp quả việt quất, dâu tây và đường trong một bát nhỏ và đặt sang một bên.

b) Để chuẩn bị nước sốt, đánh kem phô mai và mật ong cho đến khi nhạt màu, sau đó cho nước cam vào đánh từ từ.

c) Cho khoảng ½ cốc nhân quả mọng vào giữa 1 chiếc bánh Crêpe. Thìa khoảng 1 muỗng canh nước sốt trên quả mọng. Cuộn lại và đặt trên đĩa phục vụ. Lặp lại với bánh Crêpes còn lại.

d) Đổ nước sốt còn lại lên bánh Crêpes.

13. Crêpes mơ-oải hương

Thực hiện: 6 phần ăn

THÀNH PHẦN:
- 1½ muỗng canh Bơ
- ½ cốc sữa
- 1½ muỗng canh dầu đậu phộng
- 6½ muỗng canh Bột mì đa dụng
- 1 muỗng canh Đường, hào phóng
- 1 quả trứng
- ⅓ muỗng cà phê Hoa oải hương tươi
- 14 Quả mơ khô, Thổ Nhĩ Kỳ
- 1 chén rượu Riesling
- 1 ly nước
- 1½ muỗng cà phê Vỏ cam, nạo
- 3 thìa mật ong
- ½ chén rượu Riesling
- ½ chén nước
- 1 chén đường
- 1 muỗng canh Vỏ cam
- ½ muỗng canh vỏ chanh
- 1 muỗng cà phê Hoa oải hương tươi
- 1 nhúm Kem cao răng
- Kem có hương vị, tùy chọn
- Cành hoa oải hương, để trang trí

HƯỚNG DẪN:
BÁNH Crêpe
a) Đun chảy bơ trên lửa vừa phải.
b) Tiếp tục đun cho đến khi bơ có màu nâu nhạt.
c) Thêm sữa và ấm nhẹ.
d) Chuyển hỗn hợp vào một cái bát. Đánh trong các thành phần còn lại cho đến khi mịn.
e) Làm lạnh trong một giờ hoặc hơn.
f) Làm bánh Crêpes, xếp bằng màng bọc thực phẩm hoặc giấy da ở giữa để chống dính.

g) Làm lạnh trước khi dùng.

MÔ ĐIỀN
h) Kết hợp tất cả các thành phần trong một cái chảo.

i) Đun nhỏ lửa trong khoảng nửa giờ hoặc cho đến khi quả mơ mềm.

j) Nghiền hỗn hợp trong máy xay thực phẩm cho đến khi gần như mịn. Mát mẻ.

NƯỚC MẮM
k) Kết hợp tất cả các thành phần trong một cái chảo.

l) Đun sôi, khuấy cho đến khi đường tan.

m) Cọ xuống các thành của chảo bằng bàn chải nhúng vào nước lạnh để tránh kết tinh.

n) Nấu, thỉnh thoảng chải xuống, đến 240 độ F. trên nhiệt kế kẹo.

o) Tắt lửa và nhúng đáy nồi vào nước đá để ngừng nấu.

p) Sự ớn lạnh.

PHỤC VỤ
q) Cuộn 3 muỗng canh nhân bên trong mỗi chiếc Crêpe, cho phép hai chiếc Crêpe mỗi phần.

r) Xếp bánh Crêpes bên trong khay nướng đã phết bơ.

s) Bọc giấy bạc có phết bơ bên trong. Đun nóng trong lò nướng 350 độ F.

t) Chuyển bánh Crêpes ra đĩa. Múc nước sốt lên xung quanh bánh Crêpes.

u) Trang trí với kem đánh bông nếu muốn và nhánh hoa oải hương.

14. bánh crepe nghệ tây

Làm: 12 chiếc Crêpes 8 inch

THÀNH PHẦN:
- 2 nhúm nghệ tây
- 2 quả trứng
- ¾ Cốc sữa
- ½ cốc nước
- ½ thìa muối
- 2 đến 3 muỗng canh bơ tan chảy hoặc dầu ô liu nhẹ
- 1 chén bột mì chưa tẩy trắng
- 3 đến 4 lá húng quế, thái nhỏ

HƯỚNG DẪN:
a) Đậy các sợi nghệ tây bằng một thìa nước nóng trong một cái bát nhỏ. Để qua một bên.

b) Kết hợp trứng, sữa, ½ cốc nước, muối, bơ và bột mì trong máy xay sinh tố. Xử lý nhanh và cạo xuống hai bên. Xử lý lâu hơn 10 giây. Đổ vào một bát lớn. Khuấy nghệ tây và húng quế.

c) Để yên, đậy nắp, trong 1 giờ hoặc lâu hơn. Làm bánh Crêpe trong chảo Crêpe theo hướng dẫn của nhà sản xuất.

d) Để làm bột bằng tay, hãy phủ một thìa nước nóng lên các sợi nghệ tây trong một cái bát nhỏ. Để qua một bên.

e) Đánh trứng nhẹ nhàng trong một bát lớn. Khuấy sữa, ½ cốc nước, muối, bơ hoặc dầu ô liu nhẹ. Đánh bông bột mì. Khuấy vừa đủ để kết hợp các thành phần và lọc.

f) Khuấy nghệ tây và húng quế. Để yên trong 30 phút. Làm bánh Crêpe trong chảo Crêpe.

g) Xếp bánh Crêpes để giữ ấm hoặc chuẩn bị trước, bọc giấy bạc và bảo quản trong tủ lạnh. Hâm nóng lại, bọc trong giấy bạc, trong lò nướng.

15. bánh kếp pansy

Làm: 12 bánh Crêpe

THÀNH PHẦN
- $1^{1}/_{2}$ ly sữa
- $^{1}/_{2}$ cốc nước
- 1 muỗng canh đường
- $^{1}/_{4}$ muỗng cà phê muối
- 3 muỗng canh bơ không ướp muối, tan chảy
- $^{1}/_{2}$ chén bột kiều mạch
- $^{3}/_{4}$ chén bột mì đa dụng
- 3 quả trứng
- 12 bông hoa pansy
- Xi-rô pansy đơn giản hoặc xi-rô hoa bất kỳ loại nào, để phủ lên trên, nếu muốn

HƯỚNG DẪN:
a) Cho tất cả nguyên liệu trừ hoa pansy vào máy xay sinh tố. Xay đến khi mịn.
b) Làm lạnh ít nhất 2 giờ và tối đa qua đêm.
c) Để bột đến nhiệt độ phòng trước khi chiên. Lắc kỹ.
d) Làm nóng chảo không dính, đun chảy bơ.
e) Nhấc chảo ra khỏi bếp và đổ ¼ chén bột vào giữa, nghiêng và xoay chảo để phân phối nhanh và đều. Trở lại nhiệt.
f) Sau khoảng 1 phút, rắc pansies.
g) Sử dụng thìa để nới lỏng các cạnh của Crêpe khỏi các mặt của chảo.
h) Lật bánh Crêpe và nấu thêm 30 giây nữa.
i) Xoay hoặc trượt nó lên đĩa phục vụ. Lặp lại với các pin còn lại.

16. bánh crepe thảo mộc

Thực hiện: 12 phần ăn

THÀNH PHẦN:
- 1¼ chén bột mì đa dụng
- 1½ cốc Sữa gầy
- 1 muỗng canh Margarine, tan chảy
- 1 quả trứng
- Xịt nấu rau
- 1 muỗng canh mùi tây tươi băm nhỏ
- 1 muỗng canh oregano tươi băm nhỏ
- 1 muỗng canh húng quế tươi băm nhỏ

HƯỚNG DẪN:
a) Sử dụng Công thức Crêpe cơ bản bên dưới và thêm 1 thìa rau mùi tây tươi băm nhỏ, 1 thìa lá oregano tươi băm nhỏ và 1 thìa húng quế tươi băm nhỏ vào hỗn hợp sữa để làm món bánh Crêpe thảo mộc này.

b) Crêpes cơ bản: Đặt bột vào một bát vừa.

c) Kết hợp sữa, bơ thực vật và trứng, sau đó thêm hỗn hợp vào bột mì, khuấy bằng máy đánh trứng cho đến khi gần như mịn. Đậy bột, để lạnh trong 1 giờ.

d) Tráng chảo Crêpe 8 inch hoặc chảo không dính bằng bình xịt nấu rau củ và đặt trên lửa vừa cho đến khi nóng.

e) Lấy chảo ra khỏi bếp và đổ một ít ¼ cốc bột vào chảo, nhanh chóng nghiêng chảo theo mọi hướng để bột phủ một lớp màng mỏng lên chảo. Nấu khoảng 1 phút.

f) Cẩn thận nhấc mép bánh Crêpe bằng thìa để kiểm tra độ chín.

g) Lật Crêpe lại và nấu trong 30 giây ở mặt còn lại.

h) Đặt bánh Crêpe lên một chiếc khăn và để nguội. Lặp lại quy trình cho đến khi tất cả các bộ đánh bóng được sử dụng. Xếp bánh crepe giữa các lớp giấy sáp hoặc khăn giấy để chống dính.

17. Bánh crepe ăn sáng Oreo

Làm cho: 4 phần ăn

THÀNH PHẦN:
- 1 chén bột mì
- 3 quả trứng
- 1 ly sữa
- 1 ¼ cốc nước
- ⅛ muỗng cà phê muối
- bánh quy oreo
- Nhân bánh Crêpes: Nutella, mứt mâm xôi, kem tươi

HƯỚNG DẪN:
a) Thêm các thành phần sau vào bát trộn: trứng, bột mì, nước, sữa và muối.
b) Trộn bằng phụ kiện phới lồng cho đến khi mịn, Sau đó để bột nghỉ 5 phút hoặc tối đa 24 giờ trong tủ lạnh.
c) Làm nóng và bôi mỡ chảo bằng ½ muỗng cà phê dầu.
d) Đun nóng chảo 5 inch cho đến khi nóng.
e) Đặt một chiếc bánh quy Oreo vào giữa chảo.
f) Đổ khoảng ¼ cốc bột xung quanh bánh quy Oreo.
g) Nấu trong 1 đến 2 phút, cho đến khi bánh Crêpe có màu vàng ở mặt dưới.
h) Dùng dao, hoặc phới để nhấc bánh Crêpe lên và lật nhanh.
i) Nấu mặt thứ hai trong khoảng ½ phút hoặc cho đến khi vàng.
j) Đổ đầy mỗi Crêpe với sự lựa chọn của bạn.
k) Phết Nutella xung quanh bánh Oreo và cuộn nó thành hình trụ.

18. bánh crepe kem

Làm cho: 4 phần ăn

THÀNH PHẦN:
- 1 1/2 pint kem vani thuần chay, làm mềm
- Crêpes Món Tráng Miệng Thuần Chay
- 2 muỗng canh bơ thực vật thuần chay
- ¼ đường bánh kẹo
- ¼ cốc nước cam tươi
- 1 muỗng canh nước cốt chanh tươi
- ¼ cốc Grand Marnier hoặc rượu mùi cam khác

HƯỚNG DẪN:
a) Đặt 1/4 đầu kem lên một miếng màng bọc thực phẩm, bọc lại và dùng tay cuộn lại thành khúc gỗ.

b) Mỗi khúc kem nên được cuộn lại thành một chiếc bánh crêpe.

c) Sau khi đổ đầy bánh crêpes, đặt chúng vào ngăn đá trong 30 phút để cứng lại.

d) Đun chảy bơ thực vật trên vỉ nướng nhỏ trên lửa vừa. Đổ đường vào. Thêm nước cam, nước chanh và Grand Marnier.

e) Nướng trong khoảng 2 phút, hoặc cho đến khi phần lớn rượu đã bay hơi.

f) Để phục vụ, sắp xếp những chiếc bánh crêpe đầy nhân lên đĩa tráng miệng và rưới một ít nước sốt cam lên trên.

19. Crêpes kem lấy cảm hứng từ Suzette

Làm cho: 4 phần ăn

THÀNH PHẦN:
- 1 1/2 pint kem vani thuần chay, làm mềm
- Crêpes Món Tráng Miệng Thuần Chay
- 2 muỗng canh bơ thực vật thuần chay
- 1/4 đường bánh kẹo
- 1/4 cốc nước cam tươi
- 1 muỗng canh nước cốt chanh tươi
- 1/4 cốc Grand Marnier hoặc rượu mùi cam khác

HƯỚNG DẪN:
a) Sử dụng một con dao lớn để cắt một nửa lít kem thành các phần tư theo chiều dọc.
b) Bóc hộp đựng và vứt bỏ.
c) Xếp toàn bộ một phần tư và 1/4 cốc của 1/2 panh kem còn lại vào một miếng màng bọc thực phẩm, bọc kín trong màng bọc thực phẩm và dùng tay nặn thành khúc gỗ.
d) Lặp lại với phần kem còn lại để tạo thành bốn khúc gỗ.
e) Lăn từng que kem vào trong mỗi chiếc bánh crêpe.
f) Khi bánh crêpe đã đầy, hãy để ngăn đá trong khoảng 30 phút để bánh cứng lại.
g) Trong một cái chảo nhỏ, đun nóng bơ thực vật trên lửa vừa. Thêm đường.
h) Khuấy nước cam, nước chanh và Grand Marnier.
i) Đun nhỏ lửa, nấu gần hết rượu, khoảng 2 phút
j) Để phục vụ, hãy đặt những chiếc bánh crêpe đầy nhân lên đĩa tráng miệng và múc một ít nước sốt cam lên trên mỗi chiếc bánh crêpe.

20. Red Velvet Crêpes với kem phô mai

Làm: 10-12 bánh Crêpe

THÀNH PHẦN:
- 2 quả trứng
- 1 ly sữa
- ½ cốc nước
- ½ muỗng cà phê muối
- 3 muỗng canh bơ, tan chảy
- 1 muỗng cà phê đường
- 1 muỗng cà phê chiết xuất vani
- 1 chén bột mì
- 1½ muỗng canh bột ca cao
- 5 giọt thuốc nhuộm thực phẩm màu đỏ, tùy chọn
- Nhân kem phô mai/Mưa phùn

HƯỚNG DẪN:
a) Kết hợp trứng, sữa, nước, muối, đường, vani và 3 muỗng canh bơ tan chảy trong máy xay sinh tố và xay cho đến khi sủi bọt, khoảng 30 giây.

b) Thêm bột mì và bột ca cao và xay cho đến khi mịn.

c) Thêm thuốc nhuộm thực phẩm vào thời điểm này, nếu sử dụng. Bạn sẽ cần làm cho bột sáng hơn một chút so với mức bạn muốn cho sản phẩm cuối cùng của mình.

d) Làm lạnh bột trong 30 phút hoặc qua đêm.

e) Khi đã sẵn sàng chuẩn bị bánh Crêpe, hãy đun nóng 1 muỗng canh bơ trong chảo Crêpe hoặc chảo rán nông khác. Đảm bảo rằng bơ đã phủ toàn bộ bề mặt chảo trước khi thêm ¼ chén bột Crêpe và xoay để phủ khắp bề mặt chảo.

f) Nướng bánh Crêpes trong một phút, lật cẩn thận, sau đó nấu một mặt khác trong nửa phút.

g) Trang trí với sốt sô cô la và kem phô mai còn sót lại.

21. Bánh kếp Tiramisu

Thực hiện: 10 phần ăn

THÀNH PHẦN:
- 4 quả trứng lớn
- ¾ cốc sữa 2%
- ¼ cốc nước ngọt câu lạc bộ
- 3 muỗng canh bơ, tan chảy
- 2 muỗng canh cà phê pha mạnh
- 1 muỗng cà phê chiết xuất vani
- 1 chén bột mì đa dụng
- 3 muỗng canh đường
- 2 muỗng canh ca cao nướng
- ¼ muỗng cà phê muối

ĐỔ ĐẦY:
- 8 ounce phô mai mascarpone
- 8 ounce pho mát kem, làm mềm
- 1 chén đường
- ¼ chén rượu mùi cà phê hoặc cà phê pha mạnh
- 2 muỗng cà phê chiết xuất vani
- Tùy chọn: Xi-rô sô cô la và kem tươi

HƯỚNG DẪN:

a) Trong một bát lớn, đánh trứng, sữa, soda, bơ, cà phê và vani. Trong một bát khác, trộn bột mì, đường, ca cao và muối, thêm vào hỗn hợp trứng và trộn đều. Làm lạnh, đậy nắp, 1 giờ.

b) Làm nóng 8-in được bôi trơn nhẹ. chảo không dính trên lửa vừa. Khuấy bột. Đổ đầy một nửa cốc với bột và đổ vào giữa chảo. Nhanh chóng nhấc và nghiêng chảo để tráng đều đáy.

c) Nấu cho đến khi mặt trên khô lại, lật bánh Crêpe và nấu cho đến khi mặt dưới chín, lâu hơn 15-20 giây. Di chuyển đến một giá đỡ dây. Lặp lại với phần bột còn lại, bôi mỡ chảo nếu cần. Khi nguội, xếp bánh Crêpes giữa các miếng giấy sáp hoặc khăn giấy.

d) Để làm nhân bánh, trong một bát lớn, đánh phô mai và đường cho đến khi bông xốp. Thêm rượu mùi và vani, và đánh cho đến khi mịn. Cho khoảng 2 thìa nhân vào giữa từng chiếc bánh Crêpe và cuộn lại. Nếu muốn, trang trí với xi-rô sô cô la và kem tươi.

22. Hazelnut Crêpes với kem cà phê

Thực hiện: 6 phần ăn

THÀNH PHẦN:
- ½ chén quả phỉ nướng
- ½ cốc sữa
- ⅓ tách Cà phê pha, để nguội
- ⅓ cốc Frangelico và/hoặc Kahlua
- 1 muỗng cà phê vani
- ⅛ muỗng cà phê chiết xuất hạnh nhân
- 3 quả trứng
- 1 chén bột mì
- 3 muỗng canh bơ không muối, tan chảy và làm mát
- Dầu cho chảo
- 1 lít kem cà phê
- Sốt hạt cà phê caramel

HƯỚNG DẪN:

a) Chuyển Hazelnuts vào máy xay sinh tố hoặc bộ xử lý thực phẩm. Bật/tắt xung cho đến khi thái nhỏ.

b) Kết hợp sữa, Frangelico, vani, chiết xuất hạnh nhân và trứng cho đến khi hòa quyện. Thêm tất cả bột cùng một lúc và đánh cho đến khi mịn và tất cả bột đã được hấp thụ. Đánh trong quả phỉ, bơ và đường. Che và làm lạnh trong ít nhất hai giờ, nhưng tốt nhất là qua đêm.

c) Đưa bột về nhiệt độ phòng.

d) Làm nóng chảo Crêpe cho đến khi nước phun ngang. Nhẹ dầu và đun nóng cho đến khi nóng.

e) Lấy chảo ra khỏi bếp, đổ ¼ cốc bột vào và xoay nhanh để tráng đáy. Cho chảo nóng trở lại.

f) Nấu cho đến khi bánh Crêpe có màu nâu vàng ở mặt dưới, lật và nấu một mặt khác.

g) Chuyển sang một cái đĩa, tách Crêpes bằng giấy sáp. Lặp lại với bột còn lại, chảo dầu nếu cần.

h) Bánh Crêpes có thể được chuẩn bị trước cho thời điểm này. Làm ấm lại bằng cách loại bỏ giấy sáp, bọc nó trong giấy thiếc và nướng ở nhiệt độ 350F đã làm nóng trước. nướng trên một tờ cookie trong khoảng 15 phút.

i) Nhanh chóng cuộn bánh Crêpes ấm quanh những muỗng kem nhỏ. Phục vụ với một hoặc cả hai loại nước sốt.

23. bánh crepe nóng

Làm cho: 1 phần ăn

THÀNH PHẦN:
- 12 bánh crepe sô cô la
- ⅓ cốc ca cao
- ½ chén bơ
- 1 cốc kem
- 1 chén đường
- 1¼ muỗng cà phê vani
- ¾ muỗng cà phê Cà phê hòa tan
- Kem sô cô la

HƯỚNG DẪN:
a) Làm bánh Crêpe và đặt nó sang một bên. Đun chảy bơ trong chảo và thêm đường, cà phê và ca cao. Trộn kỹ.
b) Dần dần thêm kem và nấu trên lửa vừa, khuấy liên tục trong khoảng năm phút.
c) Tắt bếp và thêm vani.
d) Cho từng muỗng kem nhỏ lên từng chiếc Crêpe & gấp lại.
e) Đổ kẹo nóng lên bánh Crêpes, rắc các loại hạt xắt nhỏ và dùng ngay.

24. bánh crepe nhân bánh trứng đường

Thực hiện: 12 phần ăn

THÀNH PHẦN:
- 3 Lòng trắng trứng
- ¼ muỗng cà phê Kem cao răng
- 6 muỗng canh Đường
- ¼ muỗng cà phê vani
- 12 bánh Crêpes cơ bản, đã nấu chín và nhân sẵn sàng
- ¼ chén hạnh nhân nướng xắt nhỏ
- Đường mịn
- Bột ca cao không đường
- sô cô la cạo
- Mứt cam hoặc nước sốt quả mọng
- 2 chén quả mâm xôi
- 3 muỗng canh Đường
- 2 muỗng canh rượu mâm xôi
- ¼ chén quả mâm xôi

HƯỚNG DẪN:
a) Đánh lòng trắng trứng với cream of tartar đến bông mềm.

b) Dần dần đánh đường cát cho đến khi hình thành các đỉnh cứng. Đánh trong vani. Múc khoảng 2 muỗng canh meringue lên ½ chiếc bánh Crêpe.

c) Rắc ½ muỗng cà phê hạnh nhân lên bánh trứng đường.

d) Gấp bánh crepe làm đôi.

e) Đặt Crêpes đầy trên một tấm nướng bánh.

f) Nướng ở 400 độ trong 3 đến 5 phút, chỉ cho đến khi bánh trứng đường phồng lên và có màu nâu xung quanh các cạnh.

g) Sau khi bánh Crêpes nướng xong, rắc ½ muỗng cà phê hạnh nhân lên trên mỗi chiếc bánh, sau đó rắc đường bột và bột ca cao.

h) Trang trí với một vài miếng sô cô la cạo.

i) Ăn với nước sốt berry hoặc mứt cam.

ĐỐI VỚI NƯỚC SỐT:
j) Xay nhuyễn 1¾ chén quả mâm xôi với đường. Khuấy trong rượu mùi. Khuấy quả mâm xôi và quả mâm xôi còn lại.

25. Bánh crepe bơ cam

Thực hiện: 15 phần ăn

THÀNH PHẦN:
BUTTERSCOTCH MÀU CAM:
- 6 ounces miếng có hương vị butterscotch
- Gói 8 ounce pho mát kem làm mềm
- 2 thìa cà phê Sữa
- 1 muỗng canh rượu hương cam

SỐT CAM:
- ⅓ chén bơ
- ¼ chén đường
- ¼ chén nước cam
- 1 muỗng canh rượu hương cam

BÁNH CRẾP:
- ¾ chén bột mì đa dụng
- ¾ muỗng cà phê muối
- 3 quả trứng
- 1 cốc sữa
- 2 muỗng canh Bơ, tan chảy
- 1 muỗng canh Vỏ cam nạo
- Bơ bị chảy

HƯỚNG DẪN:
BUTTERSCOTCH MÀU CAM:
a) Làm tan chảy các miếng bánh có hương vị bơ của Nestle Toll House trên nước nóng và khuấy cho đến khi mịn.
b) Trong một bát nhỏ, đánh kem phô mai cho đến khi mịn.
c) Dần dần thêm các miếng và sữa tan chảy, và đánh cho đến khi trộn đều.
d) Khuấy rượu mùi cam.

SỐT CAM:
e) Trong một cái chảo nhỏ, kết hợp bơ, đường và nước cam.
f) Khuấy trên lửa vừa cho đến khi bơ tan chảy và đường tan.
g) Khuấy rượu mùi cam.

BÁNH CRẾP:
h) Trong một bát lớn, kết hợp bột mì và muối. Để qua một bên. Trong một bát vừa, kết hợp trứng, sữa, 2 muỗng canh bơ tan chảy và vỏ cam nạo, và đánh cho đến khi hòa quyện.
i) Dần dần thêm vào hỗn hợp bột, và đánh cho đến khi mịn.
j) Làm nóng chảo hoặc chảo Crêpe 8 inch trên lửa vừa và phết bơ tan chảy.
k) Đối với mỗi chiếc Crêpe, đổ khoảng 2 muỗng canh bột vào chảo, lập tức xoay và nghiêng chảo để tráng đáy. Nấu trong 10-15 giây.
l) Lật bánh Crêpe và nấu thêm 5 giây.
m) Phết 1 muỗng canh đầy Butterscotch Orange lên trên mỗi chiếc bánh Crêpe.
n) Gấp thành hình tam giác hoặc cuộn lại theo kiểu cuộn thạch và bày lên đĩa phục vụ.
o) Cho nước sốt cam lên bánh Crêpes.

26. Bánh Crêpe Microgreen

Làm: 6 bánh Crêpe

THÀNH PHẦN:
- 2 quả trứng
- ¼ chén yến mạch kiểu cũ
- ¼ chén bột mì nguyên chất
- 1 muỗng canh hạt lanh
- ½ chén microgreen hướng dương
- ½ cốc sữa
- ¼ cốc nước

HƯỚNG DẪN:
a) Kết hợp tất cả các thành phần trong máy xay sinh tố và trộn cho đến khi kết hợp hoàn toàn.
b) Làm lạnh ít nhất 15 phút.
c) Làm nóng chảo chống dính trên lửa lớn.
d) Xịt một lớp sơn dầu nhẹ.
e) Đổ một ít ¼ chén bột vào chảo và nhanh chóng xoay nó xung quanh để nó chạm đến các cạnh của chảo.
f) Nấu trong khoảng 1 phút hoặc cho đến khi Crêpe bắt đầu nổi bong bóng và các cạnh bắt đầu chuyển sang màu nâu.
g) Lắc chảo để bánh Crêpe lỏng ra rồi dùng thìa mỏng lật bánh Crêpe trong chảo một cách cẩn thận.
h) Nướng mặt thứ hai chỉ trong 10 giây - vừa đủ để đông lại và có màu nâu rất nhạt.
i) Xếp bánh Crêpes lên đĩa, chồng lên nhau.

27. Bánh Crêpes nhân đậu gà nấm

Làm: 6 bánh Crêpe

THÀNH PHẦN:
BÁNH CRẾP:
- 140 g bột đậu xanh
- 30 g bột đậu phộng
- 5 g men dinh dưỡng
- 5 g bột cà ri
- 350ml nước
- Muối, để hương vị

ĐỔ ĐẦY:
- 10ml dầu ô liu
- 4 mũ nấm Portobello, thái lát mỏng
- 1 củ hành tây, thái lát mỏng
- 30 g rau mồng tơi
- Muối và hạt tiêu cho vừa ăn
- mayo thuần chay

HƯỚNG DẪN:
LÀM BÁNH CRÊPES

a) Kết hợp bột đậu xanh, bột đậu phộng, men dinh dưỡng, bột cà ri, nước và muối cho vừa ăn trong máy xay thực phẩm.

b) Đun nóng chảo không dính lớn trên lửa vừa và cao. Xịt chảo với một ít dầu ăn.

c) Đổ ¼ chén bột vào chảo và với một chuyển động xoáy, phân phối bột khắp đáy chảo.

d) Nấu Crêpe trong 1 phút mỗi bên. Cho bánh Crêpe ra đĩa và giữ ấm.

LÀM ĐIỀN

e) Đun nóng dầu ô liu trong chảo trên lửa vừa cao.

f) Thêm nấm và hành tây và nấu trong 6-8 phút.

g) Thêm rau bina và quăng cho đến khi héo, trong 1 phút.

h) Nêm muối và hạt tiêu và chuyển vào một cái bát lớn.

i) Cho mayo thuần chay đã chuẩn bị vào.

28. Crêpes rau bina phô mai

Làm cho: 4 phần ăn

THÀNH PHẦN:
- 3 quả trứng
- 1 cốc sữa
- 1 muỗng canh bơ tan chảy
- ¾ chén bột mì đa dụng
- ¼ muỗng cà phê muối
- 2 chén Havarti vụn, Thụy Sĩ HOẶC
- Phô mai Mozzarella, chia nhỏ
- 2 chén phô mai Cottage HOẶC Ricotta
- ¼ chén phô mai Parmesan nạo
- 1 quả trứng, đánh nhẹ
- Gói 10 ounce rau bina xắt nhỏ đông lạnh
- 300g, rã đông và vắt khô
- ¼ muỗng cà phê muối
- ⅛ muỗng cà phê tiêu
- 1½ chén sốt cà chua

HƯỚNG DẪN:
ĐỐI VỚI CRÊPES:

a) Xay các nguyên liệu trong máy xay sinh tố hoặc máy xay thực phẩm trong 5 giây.

b) Cạo xuống hai bên và trộn bột trong 20 giây nữa. Che và để yên trong ít nhất 30 phút.

c) Làm nóng chảo chống dính 8 inch trên lửa vừa. Chải với bơ tan chảy. Khuấy bột. Đổ khoảng 3 muỗng canh bột vào chảo và nhanh chóng nghiêng chảo để tráng đáy. Nấu cho đến khi đáy hơi chuyển sang màu nâu, khoảng 45 giây. Xoay Crêpe bằng thìa và nấu thêm khoảng 20 giây nữa.

d) Chuyển sang đĩa. Lặp lại với phần bột còn lại, phết một ít bơ đun chảy lên chảo trước khi nấu từng chiếc bánh Crêpe. Làm: 10 đến 12 chiếc Crêpes. Chọn 8 Bánh Crêpe.

ĐỂ ĐIỀN:

e) Dự trữ ½ chén phô mai Havarti. Kết hợp các thành phần còn lại. Đặt ½ cốc nhân phô mai lên mỗi chiếc Crêpe và cuộn lại.

f) Đặt mặt có đường may úp xuống trong đĩa nướng 13x9 inch đã bôi mỡ. Đổ sốt cà chua lên trên. Rắc phô mai Havarti dành riêng. Nướng trong lò 375F, trong 20 đến 25 phút hoặc cho đến khi nóng qua.

29. Ube Crêpes

Thực hiện: 30 phần ăn

THÀNH PHẦN:
- 2 chén bột mì đa dụng
- 1 chén Bột gạo
- ½ cốc Ube
- 2 muỗng cà phê muối thô
- 3 Lòng trắng trứng
- 2 chén nước
- 2 chén nước cốt dừa đóng hộp không đường
- 1 đầu rau diếp lá đỏ hoặc xanh vừa
- rau điền
- Nước sốt đậu phộng

HƯỚNG DẪN:
a) Đánh đều các nguyên liệu khô với nhau trong một cái bát và tạo một cái giếng ở giữa. Thêm từng chút một lòng trắng trứng, nước và nước cốt dừa, dùng máy đánh trứng trộn chúng vào các nguyên liệu khô. Bột phải có độ đặc của kem nặng. Nếu nó quá dày, hãy nới lỏng nó bằng nước.

b) Làm lạnh trong tủ lạnh ít nhất 1 giờ.

c) Đun nóng chảo chống dính 8 inch trên lửa vừa và thấp. Trong khi đó, lấy bột ra khỏi tủ lạnh, đánh bột để loại bỏ bột vón cục hoặc thêm nước để làm loãng bột nếu cần. Thêm khoảng 1½ ounce bột vào chảo. Xoay chảo để bột bao phủ toàn bộ bề mặt. Khi cục sần có vẻ khô, hãy lật nó bằng thìa cao su, cẩn thận không để nó chuyển sang màu nâu. Lấy ra khỏi chảo và đặt sang một bên.

d) Đặt ube Crêpe lên đĩa với mặt phẳng hướng lên trên. Xếp 2 lá rau diếp chồng lên nhau sao cho chúng kéo dài qua mép ở một bên. Cho ¼ cốc Nhân rau củ còn ấm lên rau diếp và cuộn lại.

e) Đặt mặt có đường may sần úp xuống đĩa. Mưa phùn với nước sốt đậu phộng. Phục vụ ngay lập tức.

30. Bánh crepe nhân cà tím

Làm cho: 8 phần ăn

THÀNH PHẦN:
- 4 muỗng canh Hành tây, xắt nhỏ
- 4 chén Cà tím, thái hạt lựu, nấu chín
- 4 chén cà chua, tươi, xắt nhỏ
- 1 chén nước luộc rau
- 4 muỗng canh bột cà ri
- 1 muỗng cà phê quế
- 2 muỗng cà phê muối
- 8 tép tỏi, băm nhỏ
- 24 bánh crepe

HƯỚNG DẪN:
a) Xào tất cả nguyên liệu, trừ bánh Crêpes, trong chảo lớn trên lửa vừa trong 10 phút.
b) Chia đều hỗn hợp giữa các bánh Crêpes.
c) Cuộn lại và dùng nóng.
d) Rưới sốt cà chua Hy Lạp lên trên.

31. bánh crepe đậu phụ

Làm: 10 chiếc bánh crêpe

THÀNH PHẦN:
- 1 1/3 cốc sữa đậu nành nguyên chất hoặc vani
- 1 chén bột mì đa dụng
- 1/3 chén đậu phụ cứng, để ráo nước và vỡ vụn
- 2 muỗng canh bơ thực vật thuần chay, tan chảy
- 2 muỗng canh đường
- 1 1/2 muỗng cà phê chiết xuất vani nguyên chất
- 1/2 muỗng cà phê bột nở
- 1/8 muỗng cà phê muối
- Canola hoặc dầu trung tính khác, để nấu ăn

HƯỚNG DẪN:
a) Kết hợp tất cả các thành phần

b) trừ dầu chiên trong máy trộn cho đến khi mịn.

c) Làm nóng trước vỉ nướng chống dính hoặc chảo crêpe ở nhiệt độ trung bình cao.

d) Đổ 3 muỗng canh bột vào giữa vỉ nướng và nghiêng chảo để dàn mỏng bột.

e) Nấu cho đến khi vàng nâu cả hai mặt, lật một lần.

f) Đặt phần bột còn thừa lên khay và tiếp tục quy trình, tra dầu vào chảo nếu cần

32. Bánh Crêpe đậu lăng & cỏ cà ri

Làm cho: 3½ cốc

THÀNH PHẦN:
- ½ củ hành tây, bóc vỏ và cắt đôi
- 1 chén gạo basmati nâu, ngâm
- 2 muỗng canh tách gram, ngâm
- ½ muỗng cà phê hạt cỏ cà ri, ngâm
- ¼ chén đậu lăng đen nguyên vỏ ngâm nước
- 1 muỗng cà phê muối biển thô, chia
- Dầu, để chiên chảo
- 1½ cốc nước

HƯỚNG DẪN:
a) Xay đậu lăng và gạo với nước.
b) Để bột lên men trong 6 đến 7 giờ ở nơi hơi ấm.
c) Làm nóng trước một vỉ nướng trên lửa vừa.
d) Phết 1 muỗng cà phê dầu vào chảo.
e) Khi chảo nóng, cắm một cái nĩa vào phần tròn, chưa cắt của hành tây.
f) Chà đi chà lại nửa củ hành tây đã cắt trên chảo của bạn trong khi giữ tay cầm nĩa.
g) Giữ một bát dầu nhỏ ở bên cạnh bằng thìa để sử dụng sau.
h) Múc bột vào giữa chảo nóng đã được làm nóng trước.
i) Dùng muôi di chuyển chậm theo chiều kim đồng hồ từ giữa đến mép ngoài của chảo cho đến khi bột trở nên mỏng và giống như bánh crêpe.
j) Dùng muỗng đổ một lớp dầu mỏng vào một vòng tròn xung quanh bột.
k) Nấu dosa cho đến khi nó hơi chuyển sang màu nâu.
l) Lật và nấu phía bên kia là tốt.
m) Ăn với khoai tây jeera hoặc chanh, tương ớt dừa và sambhar.

33. bánh crepe bột đậu xanh

Làm cho: 8

THÀNH PHẦN:
- ½ muỗng cà phê rau mùi
- ½ muỗng cà phê bột nghệ
- 2 ớt Thái xanh, serrano hoặc ớt cayenne, thái nhỏ
- ¼ chén lá cỏ cà ri khô
- 2 chén gram bột mì
- 1 muỗng cà phê bột ớt đỏ hoặc ớt cayenne
- Dầu, để chiên chảo
- 1 củ gừng gọt vỏ, bào hoặc băm nhỏ
- ½ chén rau mùi tươi, băm nhỏ
- 1 muỗng cà phê muối biển thô
- 1½ cốc nước
- 1 củ hành tây, bóc vỏ và băm nhỏ

HƯỚNG DẪN:
a) Trong một bát trộn lớn, kết hợp bột và nước cho đến khi mịn. Để qua một bên.
b) Trộn trong các thành phần còn lại, ngoại trừ dầu.
c) Làm nóng trước một vỉ nướng trên lửa vừa.
d) Phết ½ muỗng cà phê dầu lên vỉ nướng.
e) Đổ bột vào giữa chảo.
f) Dùng muôi dàn bột theo hình tròn, theo chiều kim đồng hồ từ giữa ra ngoài chảo để tạo thành một chiếc bánh xèo tròn, mỏng.
g) Nấu một mặt của poora trong khoảng 2 phút, sau đó lật nó để nấu ở mặt còn lại.
h) Dùng thìa ấn xuống để đảm bảo rằng phần giữa cũng được nấu chín.
i) Phục vụ với Mint hoặc Peach Chutney ở bên cạnh.

34. Crêpes kem lúa mì

Làm cho: 6

THÀNH PHẦN:
- 3 chén kem lúa mì
- 2 cốc sữa chua đậu nành nguyên chất không đường
- 3 cốc nước
- 1 muỗng cà phê muối biển thô
- ½ muỗng cà phê tiêu đen xay
- ½ muỗng cà phê bột ớt đỏ hoặc ớt cayenne
- ½ củ hành tím hoặc vàng, bóc vỏ và thái hạt lựu
- 1 ớt Thái xanh, ớt serrano hoặc ớt cayenne, thái nhỏ
- Dầu, để chiên chảo, để riêng trong một cái đĩa
- ½ củ hành tây, bóc vỏ và cắt đôi

HƯỚNG DẪN:
a) Kết hợp kem lúa mì, sữa chua, nước, muối, hạt tiêu đen và bột ớt đỏ trong một bát trộn lớn và để yên trong 30 phút để lên men nhẹ.

b) Thêm hành tây và ớt và kết hợp nhẹ nhàng.

c) Làm nóng trước một vỉ nướng trên lửa vừa.

d) Trong chảo, đun nóng 1 muỗng cà phê dầu.

e) Khi chảo nóng, cắm một cái nĩa vào phần tròn, chưa cắt của hành tây.

f) Chà đi chà lại nửa củ hành tây đã cắt trên chảo của bạn.

g) Giữ củ hành có cắm nĩa để tiện sử dụng giữa các lần ăn.

h) Đổ đủ bột vào giữa chảo nóng đã chuẩn bị của bạn.

i) Dùng muôi di chuyển chậm theo chiều kim đồng hồ từ giữa đến mép ngoài của chảo cho đến khi bột trở nên mỏng và giống như bánh crêpe.

j) Dùng muỗng đổ một lớp dầu mỏng vào một vòng tròn xung quanh bột.

k) Nấu dosa cho đến khi nó có màu nâu nhạt và bắt đầu rời khỏi chảo.

l) Nấu phía bên kia là tốt.

35. Bánh crepe thịt xông khói và trứng

Làm cho: 1 phần ăn

THÀNH PHẦN:
- 1 pound thịt xông khói, nấu chín và vỡ vụn
- 8 quả trứng
- ¼ cốc kem béo
- ¼ chén hành lá xắt nhỏ
- muối tiêu
- 1 cốc Monterey Jack bào
- 8 8\" bánh crepe

HƯỚNG DẪN:
a) Cắt thịt xông khói thành từng miếng và chiên cho đến khi giòn, để ráo nước. Đánh trứng và kem.

b) Khuấy thịt xông khói, hành tây và gia vị.

c) Đổ vào chảo bơ nóng.

d) Khi nấu các phần, nhẹ nhàng nhấc bằng thìa để các phần chưa nấu chín có thể chảy xuống đáy.

e) Rắc phô mai lên trứng khi gần xong.

f) Múc hỗn hợp trứng vào bánh Crêpes & cuộn lại. Phục vụ với băm nâu và nho xanh.

36. bánh crepe thịt bò

Làm cho: 1 phần ăn

THÀNH PHẦN:
- 18 bánh crepe
- 2 muỗng cà phê nước sốt Worrouershire
- ⅓ chén bơ
- ⅓ chén sốt cà chua
- 1 củ hành tây
- ⅓ chén Rượu vang đỏ
- 2 tép tỏi
- ½ muỗng cà phê Tiêu đen
- ½ pound Nấm
- ⅓ chén Nước dùng bò
- 2 pound bít tết Rump
- 2 muỗng cà phê muối
- ¼ muỗng cà phê thì là
- 2 cốc Kem chua
- ¼ muỗng cà phê kinh giới
- Hẹ xắt nhỏ

HƯỚNG DẪN:
a) Xào hành và tỏi trong bơ cho đến khi hành mềm. Cắt lát mỏng nấm và chảo. Nấu trong năm phút.

b) Cắt bít tết thành dải mỏng và thêm vào chảo cùng với thìa là, kinh giới, Worcestershire & sốt cà chua.

c) Khuấy thường xuyên và nấu cho đến khi thịt có màu nâu.

d) Thêm rượu, nước dùng, muối và hạt tiêu và nấu cho đến khi thịt mềm.

e) Thêm kem chua và đun nóng cho đến khi ấm. Bây giờ đổ hỗn hợp stroganoff vào từng chiếc Crêpe.

f) Gấp lại và cho vào một đĩa nướng có phết bơ nông. Nướng ở 350F trong lò trong 20 phút.

g) Rắc hẹ và dùng.

37. Crêpes thịt heo BBQ

Làm cho: 8 phần ăn

THÀNH PHẦN:
- ¼ chén bột ngô
- ¼ chén bột mì đa dụng
- 2 muỗng cà phê Đường
- ¼ muỗng cà phê muối Kosher
- 1 quả trứng
- ¾ cốc Sữa
- 2 muỗng canh bơ không ướp muối, tan chảy
- 2 muỗng canh Hẹ băm nhỏ
- 2 chén nước sốt thịt nướng
- 4 chén thịt lợn nấu chín băm nhỏ
- ½ chén hành trắng băm nhỏ
- 2 muỗng canh nước cốt chanh, nhiều hơn để hương vị
- 1 quả cà chua vừa
- 2 quả bơ chín vừa
- 1 ớt Serrano, băm nhỏ
- 2 muỗng canh Rau mùi xắt nhỏ
- muối Kosher để hương vị
- ¾ chén tương ớt
- ⅓ cốc Mật mía
- 3 muỗng canh nước tương
- 1 muỗng canh mù tạt Dijon
- 1 tép tỏi, đập dập
- 3 thìa nước cốt chanh
- ⅓ chén nước dùng gà
- ¼ chén nước
- 1 muỗng cà phê sốt Tabasco
- 1 muỗng cà phê muối Kosher
- 2 muỗng cà phê nước sốt Worrouershire
- ¼ muỗng cà phê ớt mảnh
- ½ quả ớt Anaheim, bỏ hạt và cắt thành miếng 1 inch
- ½ quả ớt Chipotle sốt adobo

HƯỚNG DẪN:
a) Trong một bát trộn vừa, rây các nguyên liệu khô với nhau. Trong một bát riêng kết hợp trứng, sữa và bơ tan chảy.

b) Tạo thành một giếng trong các thành phần khô và dần dần đánh vào hỗn hợp trứng.

c) Cho hẹ vào đảo đều.

d) Để bột nghỉ 30 phút trước khi sử dụng.

e) Đun nóng chảo Crêpe đã tẩm gia vị kỹ trên lửa vừa cho đến khi gần bốc khói.

f) Bơ nhẹ và đổ vào khoảng 2 thìa bột, vừa đủ để làm một chiếc bánh Crêpe mỏng 5 inch, nghiêng chảo để bột dàn đều.

g) Nướng cho đến khi vàng nâu, chỉ nấu ở một bên.

h) Lấy bánh Crêpe ra khỏi chảo và tiếp tục với phần bột còn lại, xếp bánh Crêpe còn nóng ra đĩa.

i) Đun nóng nước sốt thịt nướng trong một cái chảo vừa và thêm thịt lợn băm nhỏ.

j) Khuấy đều thịt lợn với nước sốt. Đun nhỏ lửa trong vài phút để đảm bảo thịt được làm nóng đều. Gấp hoặc cuộn bánh Crêpes xung quanh phần nhân.

k) Rưới nước sốt thịt nướng còn lại lên trên và phục vụ salsa bơ ở bên cạnh.

BƠ TRỘN

l) Trong một bát vừa, trộn hành trắng băm nhỏ và 2 thìa nước cốt chanh.

m) Đặt sang một bên trong khi chuẩn bị cà chua và bơ.

n) Lõi và cắt cà chua thành xúc xắc ¼ inch. Cắt đôi quả bơ, loại bỏ hạt và nạo lấy thịt.

o) Cắt thịt thành xúc xắc ½ inch. thêm cà chua, bơ, ớt băm và rau mùi vào hỗn hợp hành tây.

p) Nêm nếm gia vị và thêm muối, nước cốt chanh hoặc ớt băm nếu cần. Đậy chặt bằng màng bọc thực phẩm và để salsa đứng trong khoảng ½ giờ trước khi ăn.

NƯỚC XỐT THỊT QUAY

q) Kết hợp tất cả các thành phần trong một cái chảo có đáy nặng và đun sôi ở nhiệt độ cao.

r) Giảm nhiệt xuống thấp và đun nhỏ lửa trong 15 đến 20 phút.

s) Tắt bếp và lọc qua rây mịn.

t) Làm lạnh nếu không sử dụng ngay lập tức. Nước sốt sẽ giữ trong tủ lạnh tối đa 4 ngày.

38. Bánh crepe thịt nguội và táo

Thực hiện: 6 phần ăn

THÀNH PHẦN:
- 3 quả trứng, đánh đều
- ¾ cốc Sữa
- ⅔ chén Bột mì đa dụng
- ¼ chén hành tây xắt nhỏ
- 2 muỗng canh Ớt xanh bỏ hạt, băm nhuyễn
- ¼ chén cần tây, xắt nhỏ
- 2 quả vừa Táo xanh -- gọt vỏ, bỏ lõi, thái nhỏ
- ½ chén bột mì đa dụng
- 1 chén nước dùng gà
- 1 chén Kem nhẹ
- 1 muỗng cà phê bột cà ri
- 2 chén giăm bông nấu chín - thái hạt lựu
- 6 muỗng canh Bơ

HƯỚNG DẪN:
a) Đánh trứng, sữa và bột mì cho đến khi mịn, có độ đặc tương tự như kem nặng.

b) Chải đáy chảo 6 inch bằng bơ. Cho 2 thìa bột vào, xoay chảo để tráng đều đáy.

c) Nấu cho đến khi rìa ngoài của bánh Crêpe có màu nâu, lấy ra khỏi chảo, lật và làm nâu một mặt khác.

d) Làm bánh Crêpes cho đến khi dùng hết bột. Làm tan chảy bơ. Xào hành tây, cần tây, ớt xanh và táo, đảo đều cho đến khi mềm. Rắc bột mì, khuấy đều và nấu trong một phút.

e) Dần dần khuấy trong nước dùng gà, kem và bột cà ri.

f) Nấu, khuấy, cho đến khi nước sốt sôi, cho giăm bông vào. Để nguội một chút và múc ¼ cốc nhân vào mỗi chiếc bánh Crêpe. Cuộn lại và cho vào một cái soong nông đã phết bơ dày.

g) Nướng ở 400 độ trong 15-20 phút.

39. Bánh Crêpes trứng, giăm bông và phô mai

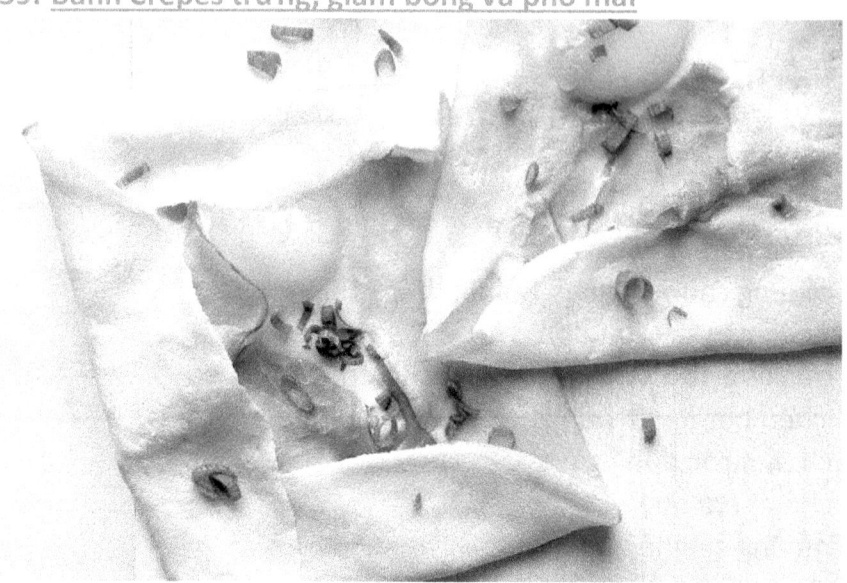

Làm cho: 8 phần ăn

THÀNH PHẦN:
- Bơ tan chảy
- 2 cốc Bột kiều mạch mặn
- 8 quả trứng
- 4 ounce giăm bông Đan Mạch cắt nhỏ
- 4 ounces Monterey jack vụn
- Phô mai

HƯỚNG DẪN:
a) Làm nóng chảo hoặc chảo Crêpe 9 hoặc 10 inch trên lửa vừa phải.

b) Chải rộng rãi với bơ tan chảy.

c) Khi bơ kêu xèo xèo, thêm ¼ chén bột kiều mạch Crêpes và tráng đều chảo.

d) Nhẹ nhàng đập một quả trứng vào giữa bột, giữ nguyên lòng đỏ.

e) Chỉ nấu cho đến khi lòng trắng đông lại, lòng đỏ vẫn còn chảy nước.

f) Lên trên với ½ ounce giăm bông và ½ ounce phô mai.

g) Nhẹ nhàng gấp các mặt của Crêpe lên trên pho mát. Dọn Crêpe ra đĩa ấm bằng thìa.

h) Tiếp tục với phần bột Crêpe và trứng còn lại.

40. Deli Thổ Nhĩ Kỳ Crêpe

Làm cho: 2

THÀNH PHẦN:
- 3 quả trứng hữu cơ
- ½ chén pho mát kem mềm
- ½ muỗng canh cỏ ngọt
- ½ muỗng cà phê bột quế
- 4 lát giăm bông
- 4 lát gà tây deli
- 1 chén phô mai Thụy Sĩ, nạo
- 2 muỗng canh bơ hữu cơ, chia

HƯỚNG DẪN:
a) Cho bốn nguyên liệu đầu tiên vào máy xay thực phẩm và xay cho đến khi bạn có được một hỗn hợp bột đẹp mắt. Đặt sang một bên và để yên trong 5 phút.

b) Đun chảy bơ trong chảo chống dính trên lửa vừa và múc một muỗng canh bột vào chảo. Di chuyển chảo từ bên này sang bên kia để tạo ra một chiếc Crêpe. Nấu mỗi bên trong 2 phút.

c) Rắc bánh Crêpe lên trên một mặt bằng 1 lát giăm bông, 1 lát gà tây nguội và rắc pho mát Thụy Sĩ.

d) Đặt một chiếc bánh Crêpe khác lên trên và làm tương tự.

e) Sử dụng cùng một cái chảo, làm tan chảy phần bơ còn lại và sau đó đặt bánh Crêpe đã xếp chồng lên nhau trong đó.

f) Đậy nắp và để nấu trong 2 phút trước khi lật bánh Crêpe.

g) Phục vụ ấm áp.

41. bánh crepe gà Mexico

Làm cho: 4 phần ăn

THÀNH PHẦN:
- 2 chén gà nấu chín thái hạt lựu
- 4 ounce nấm thái lát, để ráo nước
- 2 muỗng canh ớt xanh thái hạt lựu
- ¼ chén hành tây, xắt nhỏ
- ¼ chén cần tây, thái hạt lựu
- ¼ chén hạnh nhân cắt lát nướng
- ½ lít Kem chua
- 10 ¾ ounce lon kem súp gà
- 8 bánh ngô
- 2 muỗng canh Sherry khô
- ½ chén phô mai cheddar bào nhỏ

HƯỚNG DẪN:
a) Trộn thịt gà, nấm, ớt xanh, hành tây, cần tây, hạnh nhân, kem chua và ½ lon súp trong một bát lớn.
b) Trộn đều.
c) Đặt 2 bánh ngô lên khăn giấy. Che với một chiếc khăn khác.
d) Lò vi sóng ở mức cao cho đến khi nóng và dẻo, 30 đến 45 giây.
e) Đặt ½ chén hỗn hợp thịt gà lên bánh tortilla Cuộn kiểu cuộn thạch.
f) Đặt mặt đường may xuống trong một đĩa hình chữ nhật 2 lít.
g) Lặp lại cho đến khi tất cả bánh ngô được lấp đầy. điền.
h) Kết hợp rượu sherry với ½ lon súp. Muỗng hỗn hợp súp trên bánh tortillas.
i) Che bằng giấy sáp. Lò vi sóng ở mức trung bình cao trong 8 phút.
j) Rắc phô mai lên trên.
k) Lò vi sóng ở mức trung bình cao cho đến khi phô mai tan chảy, 2 đến 3 phút.

42. Bánh crepe gà cà ri

Thực hiện: 16 phần ăn

THÀNH PHẦN:
- 1 mẻ bánh crepe
- 4 muỗng canh Bơ hoặc bơ thực vật
- 1 củ hành vừa, xắt nhỏ
- 1 chén cần tây, thái nhỏ
- 2 muỗng canh Bột mì đa dụng
- ½ muỗng cà phê muối
- ¼ muỗng cà phê tiêu
- 2 muỗng cà phê bột cà ri
- 1 chén nước dùng gà
- 3 chén gà nấu chín, thái hạt lựu
- ½ cốc Sour cream, hoặc heavy cream
- Tương ớt, đậu phộng xắt nhỏ, thịt xông khói và dừa nạo để phủ lên trên

HƯỚNG DẪN:
a) Làm nóng lò ở 375 độ.
b) Đun chảy bơ trong một cái chảo lớn, thêm hành tây và cần tây, xào cho đến khi mềm và giòn.
c) Khuấy bột và gia vị và nấu trong 5 phút.
d) Thêm nước dùng và đun nhỏ lửa cho đến khi đặc lại. Tắt bếp và cho thịt gà và kem chua vào khuấy đều.
e) Đặt một vài muỗng canh hoặc nhiều hơn vào giữa mỗi chiếc bánh Crêpe, mặt nâu hướng ra ngoài.
f) Cuộn và đặt mặt đường may úp xuống trong chảo nướng 13"x9" đã phết bơ. Chải hoặc mưa phùn với bơ tan chảy.
g) Nướng trong 20-25 phút hoặc cho đến khi nóng và sủi bọt.
h) Rắc tương ớt, đậu phộng, thịt xông khói và dừa nạo lên trên.

43. Bánh crepe cá ngừ phô mai

Làm cho: 4 phần ăn

THÀNH PHẦN:
- 4 bánh crepe
- ½ chén cần tây xắt nhỏ
- ¼ chén hành tây xắt nhỏ
- Cá ngừ đóng hộp 7¾-ounce, để ráo nước
- 2 chén bông cải xanh đông lạnh, cắt nhỏ
- 2 chén phô mai Cheddar bào nhỏ

HƯỚNG DẪN:
a) Đặt bông cải xanh trong 1½ qt. soong an toàn với lò vi sóng.
b) Đậy nắp và cho vào lò vi sóng theo chỉ dẫn, để ráo nước
c) Khuấy 1 ½ cốc phô mai và các nguyên liệu còn lại. Bật lò vi sóng ở nhiệt độ cao trong 1 phút.
d) Cho bánh Crêpes vào và cuộn lại.
e) Xếp vào đĩa vi sóng hình vuông, 8 x 8 x 2" và rắc phô mai còn lại.
f) Đậy lỏng bằng màng bọc thực phẩm và cho vào lò vi sóng ở nhiệt độ cao cho đến khi phô mai tan chảy, 2 đến 3 phút⅔ Khẩu phần.

44. Crêpes hải sản cà ri

Làm cho: 1 lần phục vụ

THÀNH PHẦN:
- 2 chén nước dùng gà
- 2 chén rượu trắng khô
- Muối
- ½ pound sò biển
- ½ cân cá Scrod phi lê
- 3 muỗng canh bơ không ướp muối
- 2 củ cà rốt
- 2 muỗng canh Bột mì đa dụng
- 2 muỗng cà phê bột cà ri
- 1 cốc sữa
- 2 muỗng canh tương ớt

HƯỚNG DẪN:
a) Trong một chảo xào lớn, đun sôi 4 cốc nước, thêm sò điệp và cá đuối, và luộc sơ hải sản. cho cà rốt, 2 muỗng canh nước, muối và đường vào khuấy đều, đậy nắp nấu ở lửa vừa phải trong 2 phút.

b) Đánh đều bột mì và nấu roux trên lửa nhỏ vừa phải, đánh bông trong 3 phút.

c) Cho bột cà ri vào đánh bông, thêm sữa vào đánh đều, thêm muối và hạt tiêu cho vừa ăn.

d) Khuấy hỗn hợp hải sản và cà rốt, đậu Hà Lan, rau mùi tây băm nhỏ và lượng nước luộc vừa đủ đến độ sệt mong muốn.

e) Cho 2 thìa hỗn hợp vào từng chiếc bánh Crêpe đã chuẩn bị.

45. Bánh crepe tôm nhiều lớp

Làm cho: 4 phần ăn

THÀNH PHẦN:
- 8 ounces Phô mai thảo mộc-tỏi kem
- 8 bánh crepe
- ½ pound Tôm nấu nhỏ
- 3 muỗng canh Hẹ tươi xắt nhỏ
- 2½ chén phô mai jack cắt nhỏ

HƯỚNG DẪN:
a) Mang pho mát đến nhiệt độ phòng. Làm nóng lò trước ở 350 độ.
b) Trên mỗi bốn chiếc Crêpes: Phết hai pho mát thảo mộc tỏi TBL.
c) Đặt mặt phô mai lên khay nướng đã phết bơ hoặc đĩa phục vụ chịu được lò nướng.
d) Trộn tôm, 2¼ chén phô mai jack và hẹ. Chia và phết lên bốn chiếc bánh Crêpes.
e) Phủ một lớp Crêpe khác lên trên và rắc phô mai jack còn lại.
f) Nướng cho đến khi nóng qua, 30 đến 35 phút.
g) Cắt thành nêm và phục vụ ngay lập tức.

46. Crêpes sò điệp và nấm

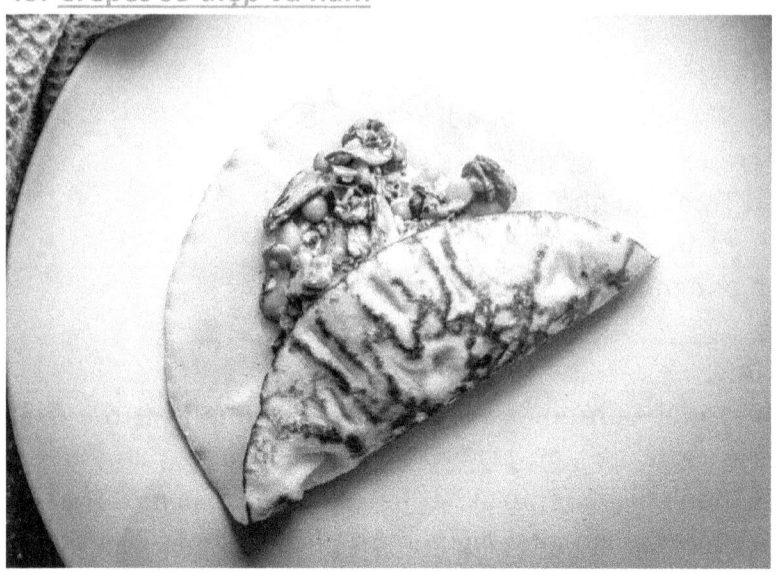

Làm cho: 3 phần ăn

THÀNH PHẦN:
- 1 Công thức bánh crepe
- ½ pound Sò điệp tươi hoặc đông lạnh
- ¾ chén kem tươi
- 1 muỗng canh bột mì
- muối và hạt tiêu
- 2½ ounce nấm thái lát
- 2 muỗng canh Rượu trắng khô
- 1 muỗng canh Hẹ cắt nhỏ
- 2 Lát thịt xông khói, để ráo nước, thái vụn.
- hẹ snipped

HƯỚNG DẪN:
a) Làm nóng trước Crêpes và đặt sang một bên. Rã đông sò điệp nếu đông lạnh.

b) Trong một cái chảo, phủ sò bằng nước lạnh. Đun sôi, giảm nhiệt và đun nhỏ lửa trong 1 phút. Để ráo nước và cắt đôi sò điệp. Trong một cái chảo nhỏ, dần dần thêm kem đánh bông vào bột, khuấy đều cho đến khi mịn.

c) Khuấy muối và hạt tiêu Nấu và khuấy trên lửa nhỏ cho đến khi đặc lại và sủi bọt.

d) Khuấy rượu nấm, 1 muỗng canh. hẹ và thịt xông khói vụn. Dự trữ một nửa hỗn hợp.

e) Khuấy sò điệp vào nửa hỗn hợp còn lại.

f) Múc khoảng ¼ hỗn hợp sò điệp xuống giữa mặt chưa chín vàng của bánh Crêpe, và cuộn mặt có đường nối Place xuống dưới, trong một đĩa nướng nông.

g) Lặp lại với bánh Crêpes còn lại. Thìa hỗn hợp rượu dành riêng trên Crêpes. Nướng trong lò 370 F trong 15 đến 18 phút. Rắc thêm hẹ.

47. Bánh Crêpe cá hồi xông khói

Làm cho: 1 phần ăn

THÀNH PHẦN:
- ½ pound Cá hồi hun khói thái lát mỏng
- 2 muỗng canh Cream cheese ở nhiệt độ phòng
- 2 muỗng canh Bơ không ướp muối, cắt miếng, ở nhiệt độ phòng
- 2 thìa cà phê nước cốt chanh tươi
- 2 muỗng cà phê Thì là tươi cắt nhỏ
- 4 bánh crepe

HƯỚNG DẪN:
a) Trong máy xay thực phẩm xay nhuyễn một nửa cá hồi hun khói, thêm pho mát kem, bơ và nước cốt chanh rồi trộn cho đến khi hỗn hợp mịn.

b) Chuyển nhuyễn vào một cái bát và khuấy trong thì là.

c) Trên mặt nhạt màu của mỗi chiếc bánh Crêpe, phết một ¼ hỗn hợp nhuyễn mỏng, trên cùng là ¼ lát cá hồi.

d) Cuộn bánh Crêpe thật chặt để phần nhân được bọc trong bánh Crêpe.

e) Làm lạnh mặt đường may úp xuống, đậy nắp trong ít nhất 1 giờ hoặc cho đến khi chúng đủ cứng để cắt lát.

f) Cắt theo đường chéo thành các hình xoắn ốc dày ¼ inch.

48. Bánh crepe chuối lạnh sống

Làm: 4 bánh Crêpe

THÀNH PHẦN:
- 2 quả chuối, nghiền
- ½ chén bột lanh
- ½ cốc nước, hoặc khi cần

HƯỚNG DẪN:
a) Đặt chuối vào đáy máy xay sinh tố tốc độ cao.
b) Thêm bột lanh và nước, và trộn cho đến khi mịn.
c) Rải đều hỗn hợp lên một khay Excalibur Dehydrator 14 inch vuông đã lót sẵn.
d) Khử nước trong 4 đến 6 giờ ở 104°F hoặc cho đến khi khô hoàn toàn.

49. bánh táo nguyên chất

Làm cho: 4 Giấy gói

THÀNH PHẦN:
- 1 cốc táo và hạt lựu
- ½ chén bột lanh
- 2 muỗng canh xi-rô cây thùa
- ½ cốc nước, hoặc khi cần

HƯỚNG DẪN:
a) Đặt táo vào đáy máy xay sinh tố tốc độ cao.
b) Thêm bột lanh, cây thùa và nước.
c) Xay đến khi mịn.
d) Rải đều hỗn hợp lên một khay Excalibur Dehydrator 14 inch vuông đã lót sẵn.
e) Khử nước trong 4 đến 6 giờ ở 104°F hoặc cho đến khi khô hoàn toàn.
f) Bạn cũng có thể lật bánh Crêpes, bóc lớp lót và sấy khô trong vài giờ nữa cho đến khi khô.

50. Bánh crepe mâm xôi sô cô la thô

Làm cho: 10 Bánh crếp

THÀNH PHẦN:
VỎ CRÊPES:
- ¼ chén hạt lanh vàng, xay
- 1 cốc dâu tây đã gọt vỏ và thái lát
- ½ chén cơm dừa Thái
- ½ cốc nước
- 1 quả chuối
- 1 muỗng canh xi-rô phong
- 1 muỗng cà phê bột quế
- ½ muỗng cà phê muối

NHÂN GANACHE SÔ-cô-la:
- 1½ quả bơ chín nhỏ độ sức và bóc vỏ
- ¼ chén xi-rô phong nguyên chất
- 2 muỗng canh dầu dừa tan chảy
- ½ muỗng cà phê chiết xuất vani
- ½ chén bột ca cao thô
- 1 cốc nước sốt sô cô la

PHỤC VỤ:
- 2 chén quả mâm xôi
- 1 bó bạc hà nhỏ, để trang trí

HƯỚNG DẪN:
VỎ CRÊPE:
a) Xay các nguyên liệu vỏ crêpe cho đến khi mịn, khoảng 1 phút.

b) Trên một tấm chống dính, trải bột bánh crêpe thành một lớp mỏng và cho vào máy khử nước.

c) Làm khô vỏ bánh crêpe trong 5 giờ ở nhiệt độ 90°F.

d) Sau 5 giờ, lật tấm chống dính và bóc nó ra khỏi tấm bột crêpe.

e) Cho tấm bột crêpe trở lại máy khử nước để sấy khô hoàn toàn trong 3 đến 5 giờ nữa ở nhiệt độ 90°F

f) Lấy ra và cắt những viên tròn có kích thước từ 3 đến 5 inch bằng một con dao nhỏ.

NHÂN GANACHE SÔ-cô-la:

g) Trong một bộ xử lý thực phẩm, xay nhuyễn thịt bơ cho đến khi mịn.

h) Thêm xi-rô phong, dầu dừa tan chảy và vani.

i) Cuối cùng, thêm bột ca cao và xử lý cho đến khi sô cô la được kết hợp hoàn toàn.

j) Làm lạnh.

ĐỂ LẮP RÁP:

k) Rải một vài thìa ganache sô cô la vào giữa mỗi trong số 10 vỏ bánh crêpe.

l) Đặt 4 quả mâm xôi lên trên mỗi sọc ganache.

m) Cuộn vỏ thành hình trụ, dùng một ít ganache dính để giúp cuộn vỏ chồng lên nhau.

n) \Trang trí với bạc hà tươi.

BÁNH XÈO

51. Red Velvet Pancakes

Thành phần:
Phủ bên trên thức ăn
- ½ cốc kefir thường
- 2 muỗng canh đường bột

Bánh xèo
- 1¾ chén yến mạch cán kiểu cũ
- 3 muỗng canh bột ca cao
- 1½ muỗng cà phê bột nở
- 1 muỗng cà phê baking soda
- ¼ muỗng cà phê muối
- 3 muỗng canh xi-rô phong
- 2 muỗng canh dầu dừa (tan chảy)
- 1½ cốc sữa ít béo 2%
- 1 trứng lớn
- 1 muỗng cà phê màu thực phẩm đỏ
- Sô cô la bào hoặc khoai tây chiên, để phục vụ

Hướng

a) Đối với topping, thêm cả hai thành phần vào một bát nhỏ và khuấy cho đến khi kết hợp. Để qua một bên.

b) Đối với bánh kếp, cho tất cả các nguyên liệu vào máy xay sinh tố tốc độ cao và xay ở tốc độ cao để làm lỏng. Hãy chắc chắn rằng mọi thứ được pha trộn tốt.

c) Để bột nghỉ từ 5 đến 10 phút. Điều này cho phép tất cả các Thành phần kết hợp với nhau và giúp bột có độ đặc tốt hơn.

d) Xịt đều dầu thực vật lên chảo chống dính hoặc vỉ nướng và đun nóng trên lửa vừa.

e) Sau khi chảo nóng, thêm bột bằng cốc đo ¼ cốc và đổ bột vào chảo để làm bánh kếp. Sử dụng cốc đo lường để giúp định hình bánh kếp.

f) Nấu cho đến khi các mặt bánh se lại và bong bóng hình thành ở giữa (khoảng 2 đến 3 phút), sau đó lật bánh.

g) Khi bánh đã chín ở mặt đó, lấy bánh ra khỏi bếp và bày ra đĩa.

h) Tiếp tục các bước này với phần bột còn lại.

i) Xếp và phục vụ với topping và sô cô la chip.

52. Bánh kếp sô cô la đen

Thành phần:
đổ đầy
- 1 cốc chip sô cô la đen
- ½ chén kem đánh bông nặng

Bánh xèo
- 1¾ chén yến mạch cán kiểu cũ
- 1½ muỗng cà phê bột nở
- 1 muỗng cà phê baking soda
- ½ muỗng cà phê quế
- ¼ muỗng cà phê muối
- 2 muỗng canh dầu dừa (tan chảy)
- 1 muỗng canh xi-rô phong
- 1 muỗng cà phê chiết xuất vani
- 1½ cốc sữa ít béo 2%
- 1 trứng lớn
- Đường bột và dâu tây thái lát, để phục vụ

Hướng
Đối với điền

a) Đổ sô cô la chip vào một cái bát và đổ kem vào một cái chảo nhỏ.
b) Đun nóng kem cho đến khi các cạnh bong bóng, sau đó đổ sô cô la lên trên.
c) Để sô cô la trong 2 phút (điều này giúp sô cô la tan chảy), sau đó khuấy để tạo thành một lớp ganache dày.
d) Dòng một tấm nướng bánh bằng giấy giấy da.
e) Tra dầu vào bên trong khuôn cắt bánh quy tròn 2 inch.
f) Đổ 1 muỗng cà phê sô cô la vào khuôn cắt bánh quy và trải nó ra để tạo thành hình tròn. Tháo máy cắt và tiếp tục tạo các vòng tròn ganache (sẽ thu được khoảng sáu).
g) Đặt tấm nướng vào tủ đông và đóng băng ganache trong ít nhất 4 giờ đến qua đêm.

Đối với bánh kếp

a) Cho tất cả các món, ngoại trừ dâu tây, vào máy xay sinh tố tốc độ cao và xay ở tốc độ cao để hóa lỏng. Hãy chắc chắn rằng mọi thứ được pha trộn tốt.

b) Đổ bột vào tô và để yên trong 2 đến 3 phút. Điều này cho phép bột đặc lại để có thể giữ được sô cô la khi bạn lật bánh kếp.
c) Xịt đều dầu thực vật lên chảo chống dính hoặc vỉ nướng và đun nóng trên lửa vừa.
d) Sau khi chảo nóng, sử dụng cốc đo ¼ cốc để đổ bột vào chảo.
e) Nhẹ nhàng dàn bột thành hình tròn bằng cốc đo lường.
f) Đặt 1 hình tròn ganache đông lạnh (lộn sao cho mặt sần hướng xuống dưới) vào giữa bột và ấn nhẹ vào bột. Đổ thêm bột lên trên vòng tròn ganache cho đến khi nó được bao phủ.
g) Nấu cho đến khi bột khô khi chạm vào (khoảng 3 đến 4 phút), sau đó cẩn thận lật bánh.
h) Tiếp tục nấu cho đến khi mặt còn lại của bánh có màu vàng nâu.
i) Khi bánh đã chín ở mặt đó, lấy bánh ra khỏi bếp và bày ra đĩa.
j) Tiếp tục với bột và sô cô la còn lại.
k) Phục vụ bánh kếp với đường bột và dâu tây thái lát.

53. Bánh pancake dứa úp ngược

Thành phần:
- 1 (20-ounce) lon dứa khoanh (để ráo nước)
- 1¾ chén yến mạch cán kiểu cũ
- 1½ muỗng cà phê bột nở
- 1 muỗng cà phê baking soda
- ½ muỗng cà phê quế
- ¼ muỗng cà phê muối
- 2 muỗng canh xi-rô phong
- 2 muỗng canh dầu dừa (tan chảy)
- 1½ cốc sữa ít béo 2%
- 1 trứng lớn
- đường nâu
- Anh đào Maraschino (bỏ cuống và cắt làm đôi), để phục vụ

Hướng

a) Đặt các khoanh dứa lên hai lớp khăn giấy để thấm bớt chất lỏng thừa.

b) Cho tất cả các nguyên liệu, ngoại trừ dứa, đường nâu và quả anh đào maraschino, vào máy xay sinh tố tốc độ cao và xay ở tốc độ cao để hóa lỏng. Hãy chắc chắn rằng mọi thứ được pha trộn tốt.

c) Đổ bột vào tô và để yên trong 2 đến 3 phút. Điều này cho phép bột đặc lại để có thể giữ được các khoanh dứa đó khi bạn lật bánh kếp.

d) Xịt đều dầu thực vật lên chảo chống dính hoặc vỉ nướng và đun nóng trên lửa vừa.

e) Sau khi chảo nóng, sử dụng cốc đo ¼ cốc để đổ bột vào chảo. Nhẹ nhàng dàn bột thành hình tròn bằng cốc đo lường.

f) Đặt vòng dứa vào giữa bột và ấn nhẹ vào bột. Rắc nhẹ một ít đường nâu trực tiếp lên khoanh dứa.

g) Nấu cho đến khi bột khô khi chạm vào (khoảng 3 đến 4 phút), sau đó cẩn thận lật bánh.

h) Tiếp tục nấu cho đến khi dứa chín và có màu caramel.

i) Khi bánh đã chín ở mặt đó, lấy bánh ra khỏi bếp và bày ra đĩa.

j) Phục vụ mỗi chiếc bánh kếp với một quả anh đào maraschino đặt ở giữa quả dứa.

54. bánh kếp chanh

Thành phần:
bánh ngọt làm bằng lòng trắng trứng và đường
- 4 lòng trắng trứng lớn
- 3 muỗng canh đường

Bánh xèo
- 2 quả trứng
- ½ chén phô mai
- ½ muỗng cà phê chiết xuất vani
- 1 thìa mật ong
- ¼ chén bột đánh vần
- ½ muỗng cà phê bột nở
- ¼ muỗng cà phê muối nở
- 2 muỗng cà phê hỗn hợp Jell-O chanh không đường

Hướng
Đối với bánh trứng đường

a) Thêm lòng trắng trứng vào tô trộn và đánh cho đến khi tạo thành chóp mềm. Các đỉnh mềm xuất hiện khi bạn kéo que đánh trứng ra khỏi hỗn hợp và đỉnh tạo thành nhưng nhanh chóng bị xẹp xuống.

b) Thêm đường vào lòng trắng trứng và tiếp tục đánh cho đến khi tạo thành chóp cứng. Các đỉnh cứng xảy ra khi bạn kéo que đánh trứng ra khỏi hỗn hợp và đỉnh sẽ hình thành và giữ nguyên hình dạng của nó.

c) Đặt bánh trứng đường sang một bên.

d) Đánh trứng, phô mai, vani và mật ong với nhau và để sang một bên.

e) Trong một bát khác, trộn các Thành phần khô với nhau cho đến khi kết hợp tốt.

f) Thêm Nguyên liệu ướt vào Nguyên liệu khô và đánh cho đến khi kết hợp hoàn toàn.

g) Xịt đều dầu thực vật lên chảo chống dính hoặc vỉ nướng và đun nóng trên lửa vừa.

h) Sau khi chảo nóng, thêm bột bằng cốc đo ¼ cốc và đổ bột vào chảo để làm bánh kếp. Sử dụng cốc đo lường để giúp định hình bánh kếp.
i) Nấu cho đến khi các mặt bánh se lại và bong bóng hình thành ở giữa (khoảng 2 đến 3 phút), sau đó lật bánh.
j) Khi bánh đã chín ở mặt đó, lấy bánh ra khỏi bếp và bày ra đĩa.
k) Tiếp tục các bước này với phần bột còn lại.
l) Bánh kếp hàng đầu với bánh trứng đường.
m) Để nướng bánh trứng đường, bạn có thể dùng đèn khò để hơ nhẹ các cạnh hoặc bạn có thể cho bánh kếp đã phủ bên trên vào vỉ nướng nóng trong 2 đến 3 phút.

55. Bánh quế cuộn

Thành phần:
Topping kem phô mai hạt điều
- 1 chén hạt điều thô
- ⅓ cốc nước
- 2 thìa mật ong
- 1 muỗng cà phê giấm táo
- 1 thìa cà phê nước cốt chanh
- ½ muỗng cà phê chiết xuất vani
- ½ muỗng cà phê muối kosher

quế điền
- ½ chén đường nâu
- 4 muỗng canh bơ, tan chảy
- 3 muỗng cà phê quế

Bánh xèo
- 1¾ chén yến mạch cán kiểu cũ
- 1½ muỗng cà phê bột nở
- 1 muỗng cà phê baking soda
- ½ muỗng cà phê quế
- ¼ muỗng cà phê muối
- 2 muỗng canh dầu dừa, tan chảy
- 1 muỗng canh xi-rô phong
- 1 trứng lớn
- 1 muỗng cà phê chiết xuất vani
- 1½ cốc sữa ít béo 2%

Hướng

a) Ngâm hạt điều trong nước qua đêm.
b) Để ráo hạt điều, sau đó cho vào máy xay sinh tố cùng với các Nguyên liệu còn lại.
c) Xay hỗn hợp hạt điều cho đến khi nó có dạng kem và không bị vón cục.
d) Cạo topping vào một hộp nhỏ có nắp đậy và đặt nó sang một bên.

Đối với điền quế

a) Thêm tất cả các Thành phần lại với nhau và khuấy để kết hợp, đảm bảo rằng bạn đã phá vỡ bất kỳ cục u nào.
b) Đổ hỗn hợp này vào túi đựng bánh sandwich. Bạn sẽ cắt bỏ phần góc của túi và sử dụng nó như một chiếc túi bóp để cho quế vào bánh kếp.

Đối với bánh kếp

a) Thêm tất cả các Thành phần vào máy xay sinh tố. Dầu dừa tan chảy có thể đông lại khi kết hợp với các Thành phần lạnh hơn, vì vậy bạn có thể làm ấm sữa một chút để tránh điều này xảy ra nếu muốn.
b) Nghiền mọi thứ trong máy xay sinh tố cho đến khi bạn có một chất lỏng mịn.
c) Đổ hỗn hợp pancake vào một cái tô lớn.
d) Để bột nghỉ từ 5 đến 10 phút. Điều này cho phép tất cả các Thành phần kết hợp với nhau và giúp bột có độ đặc tốt hơn.
e) Xịt đều dầu thực vật lên chảo chống dính hoặc vỉ nướng và đun nóng trên lửa vừa.
f) Sau khi chảo nóng, thêm bột bằng cốc đo ¼ cốc và đổ bột lên chảo để làm bánh kếp. Nhẹ nhàng dàn bột thành hình tròn bằng cốc đo lường.
g) Cắt đầu ra khỏi túi Nhân quế và vắt một vòng quế lên bánh kếp.
h) Nấu cho đến khi các mặt bánh se lại và bong bóng hình thành ở giữa (khoảng 2 đến 3 phút), sau đó lật bánh.
i) Khi bánh đã chín ở mặt đó, lấy bánh ra khỏi bếp và bày ra đĩa.
j) Phục vụ bánh kếp với Topping kem phô mai hạt điều.

56. bánh kefir

Thành phần:
- 1½ chén bột đánh vần
- 1½ muỗng cà phê bột nở
- 1 muỗng cà phê baking soda
- ½ muỗng cà phê muối
- 2 muỗng canh dầu dừa, tan chảy
- 2 quả trứng lớn, bị đánh đập
- ¼ cốc sữa ít béo 2%
- 1¼ cốc kefir nguyên chất, hơi ấm
- ¼ chén xi-rô phong
- Quả việt quất, để phục vụ (tùy chọn)

Hướng

a) Thêm bột mì, bột nở, muối nở và muối vào một tô lớn và đánh đều để trộn đều.

b) Thêm các Thành phần còn lại vào một bát khác và đánh đều để kết hợp kỹ lưỡng. Dầu dừa tan chảy có thể đông lại khi kết hợp với các Thành phần lạnh hơn, vì vậy bạn có thể làm ấm sữa một chút để tránh điều này xảy ra nếu muốn.

c) Đổ Nguyên liệu ướt vào Nguyên liệu khô và trộn đều cho đến khi tất cả Nguyên liệu ướt.

d) Để bột nghỉ từ 2 đến 3 phút. Điều này cho phép tất cả các Thành phần kết hợp với nhau và giúp bột có độ đặc tốt hơn.

e) Xịt đều dầu thực vật lên chảo chống dính hoặc vỉ nướng và đun nóng trên lửa vừa.

f) Sau khi chảo nóng, thêm bột bằng cốc đo ¼ cốc và đổ bột vào chảo để làm bánh kếp. Sử dụng cốc đo lường để giúp định hình bánh kếp.

g) Nấu cho đến khi các mặt bánh se lại và bong bóng hình thành ở giữa (khoảng 2 đến 3 phút), sau đó lật bánh.

h) Khi bánh đã chín ở mặt đó, lấy bánh ra khỏi bếp và bày ra đĩa.

i) Tiếp tục các bước này với phần bột còn lại. Phục vụ với quả việt quất, nếu muốn.

57. Pancakes Cottage Cheese

Thành phần:
- ¼ chén bột đánh vần
- ½ muỗng cà phê bột nở
- ¼ muỗng cà phê muối nở
- ⅛ muỗng cà phê quế
- ⅛ muỗng cà phê muối
- 2 quả trứng lớn, bị đánh đập
- ½ chén phô mai ít béo 2%
- 1 thìa mật ong
- ½ muỗng cà phê chiết xuất vani
- Dâu tây, để phục vụ (tùy chọn)

Hướng

a) Thêm tất cả các Thành phần khô vào một cái bát và đánh cho đến khi kết hợp tốt.
b) Trong một bát riêng, trộn các Thành phần ướt với nhau.
c) Thêm Nguyên liệu ướt vào Nguyên liệu khô và đánh đều để chúng kết hợp hoàn toàn.
d) Để bột nghỉ từ 5 đến 10 phút. Điều này cho phép tất cả các Thành phần kết hợp với nhau và mang lại cho bạn độ đặc tốt hơn cho bột.
e) Xịt đều dầu thực vật lên chảo chống dính hoặc vỉ nướng và đun nóng trên lửa vừa.
f) Sau khi chảo nóng, thêm bột bằng cốc đo ¼ cốc và đổ bột vào chảo để làm bánh kếp. Sử dụng cốc đo lường để giúp định hình bánh kếp.
g) Nấu cho đến khi các mặt bánh se lại và bong bóng hình thành ở giữa (khoảng 2 đến 3 phút), sau đó lật bánh.
h) Khi bánh đã chín ở mặt đó, lấy bánh ra khỏi bếp và bày ra đĩa.
i) Tiếp tục các bước này với phần bột còn lại. Ăn kèm với dâu tây nếu muốn.

58. Bánh rán bột yến mạch

Thành phần:
- 1¾ chén yến mạch cán kiểu cũ
- 1½ muỗng cà phê bột nở
- 1 muỗng cà phê baking soda
- ½ muỗng cà phê quế
- ¼ muỗng cà phê muối
- 2 muỗng canh dầu dừa, tan chảy
- 1 muỗng canh xi-rô phong
- 1 trứng lớn
- 1 muỗng cà phê chiết xuất vani
- 1½ cốc sữa ít béo 2%
- Dâu tây và quả việt quất, để phục vụ (tùy chọn)

Hướng

a) Thêm tất cả các Thành phần vào máy xay sinh tố. Dầu dừa tan chảy có thể đông lại khi kết hợp với các Thành phần lạnh hơn, vì vậy bạn có thể làm ấm sữa một chút để tránh điều này xảy ra nếu muốn.

b) Nghiền mọi thứ trong máy xay sinh tố cho đến khi bạn có một chất lỏng mịn.

c) Đổ hỗn hợp pancake vào tô lớn.

d) Để bột nghỉ từ 5 đến 10 phút. Điều này cho phép tất cả các Thành phần kết hợp với nhau và giúp bột có độ đặc tốt hơn.

e) Xịt đều dầu thực vật lên chảo chống dính hoặc vỉ nướng và đun nóng trên lửa vừa.

f) Sau khi chảo nóng, thêm bột bằng cốc đo ¼ cốc và đổ bột vào chảo để làm bánh kếp. Sử dụng cốc đo lường để giúp định hình bánh kếp.

g) Nấu cho đến khi các mặt bánh se lại và bong bóng hình thành ở giữa (khoảng 2 đến 3 phút), sau đó lật bánh.

h) Khi bánh đã chín ở mặt đó, lấy bánh ra khỏi bếp và bày ra đĩa.

i) Tiếp tục các bước này với phần bột còn lại. Phục vụ với quả mọng, nếu muốn.

59. Bánh kếp 3 thành phần

Thành phần:
- 1 quả chuối chín, và nhiều hơn nữa để phục vụ
- 2 quả trứng lớn
- ½ muỗng cà phê bột nở

Hướng

a) Cho chuối vào bát và nghiền cho đến khi chuối mềm và mịn - không bị vón cục.
b) Đập trứng vào một bát khác và đánh cho đến khi chúng được trộn đều.
c) Cho bột nở vào bát chuối rồi đổ trứng vào. Whisk để kết hợp hoàn toàn mọi thứ lại với nhau.
d) Xịt đều dầu thực vật lên chảo chống dính hoặc vỉ nướng và đun nóng trên lửa vừa.
e) Khi chảo nóng, cho 2 thìa bột vào chảo để làm bánh xèo.
f) Nấu cho đến khi các mặt bánh se lại (bạn sẽ không thấy bong bóng nào), sau đó cẩn thận lật bánh.
g) Khi bánh đã chín ở mặt đó, lấy bánh ra khỏi bếp và bày ra đĩa.
h) Tiếp tục các bước này với phần bột còn lại. Phục vụ với chuối thái lát, nếu muốn.

60. Bánh kếp bơ hạnh nhân

Thành phần:
- 1 trứng lớn
- 1 muỗng canh dầu dừa, tan chảy
- 1 muỗng canh xi-rô phong
- 1 muỗng canh bơ hạnh nhân, cộng thêm để phục vụ
- 1 muỗng cà phê bột nở
- ½ muỗng cà phê chiết xuất vani
- ¼ muỗng cà phê muối
- ½ cốc sữa ít béo 2%
- ¾ chén bột đánh vần
- Anh đào, để phục vụ (tùy chọn)

Hướng

a) Trong một bát lớn, thêm trứng, dầu dừa, xi-rô cây thích, bơ hạnh nhân, bột nở, vani và muối, sau đó đánh đều để trộn đều.

b) Thêm sữa vào hỗn hợp và đánh một lần nữa để kết hợp.

c) Thêm bột vào hỗn hợp và đánh đều để kết hợp kỹ các thành phần.

d) Để bột nghỉ từ 2 đến 3 phút. Điều này cho phép bột đặc lại để tất cả các Thành phần kết hợp với nhau.

e) Xịt đều dầu thực vật lên chảo chống dính hoặc vỉ nướng và đun nóng trên lửa vừa.

f) Sau khi chảo nóng, thêm bột bằng cốc đo ¼ cốc và đổ bột vào chảo để làm bánh kếp. Sử dụng cốc đo lường để giúp định hình bánh kếp.

g) Nấu cho đến khi các mặt bánh se lại và bong bóng hình thành ở giữa (khoảng 2 đến 3 phút), sau đó lật bánh.

h) Khi bánh đã chín ở mặt đó, lấy bánh ra khỏi bếp và bày ra đĩa.

i) Tiếp tục các bước này với phần bột còn lại.

j) Phục vụ bánh kếp với bơ hạnh nhân tan chảy và anh đào, nếu muốn. Để làm tan chảy bơ hạnh nhân, hãy múc một lượng mong muốn vào đĩa an toàn với lò vi sóng và đun nóng ở nhiệt độ cao trong khoảng thời gian 30 giây cho đến khi tan chảy. Khuấy giữa gia nhiệt.

61. bánh kếp Tiramisu

Thành phần:
- 1¾ chén yến mạch cán kiểu cũ
- 1½ muỗng canh hỗn hợp bánh pudding vani Jell-O không đường
- 2 muỗng cà phê espresso hòa tan
- 1½ muỗng cà phê bột ca cao
- 1½ muỗng cà phê bột nở
- 1 muỗng cà phê baking soda
- ½ muỗng cà phê quế
- ¼ muỗng cà phê muối
- 2 muỗng canh dầu dừa, tan chảy
- 1 muỗng canh xi-rô phong
- 1 trứng lớn
- 1 muỗng cà phê chiết xuất vani
- 1 cốc sữa ít béo 2%
- Kem đánh bông, để phục vụ
- Sô cô la bào, để phục vụ

Hướng

a) Cho tất cả các Nguyên liệu, ngoại trừ kem đánh bông và vụn sô cô la, vào máy xay sinh tố. Dầu dừa tan chảy có thể đông lại khi kết hợp với các Thành phần lạnh hơn, vì vậy bạn có thể làm ấm sữa một chút để tránh điều này xảy ra nếu muốn.

b) Nghiền mọi thứ trong máy xay sinh tố cho đến khi bạn có một chất lỏng mịn.

c) Đổ hỗn hợp pancake vào tô lớn.

d) Để bột nghỉ từ 2 đến 3 phút. Điều này cho phép tất cả các Thành phần kết hợp với nhau và giúp bột có độ đặc tốt hơn.

e) Xịt đều dầu thực vật lên chảo chống dính hoặc vỉ nướng và đun nóng trên lửa vừa.

f) Sau khi chảo nóng, thêm bột bằng cốc đo ¼ cốc và đổ bột vào chảo để làm bánh kếp. Sử dụng cốc đo lường để giúp định hình bánh kếp.

g) Nấu cho đến khi các mặt bánh se lại và bong bóng hình thành ở giữa (khoảng 2 đến 3 phút), sau đó lật bánh.

h) Khi bánh đã chín ở mặt đó, lấy bánh ra khỏi bếp và bày ra đĩa.

i) Tiếp tục các bước này với phần bột còn lại.

j) Trên cùng với kem đánh bông và sô cô la bào.

62. Bánh kếp chanh việt quất

Thành phần:
- 1½ chén bột đánh vần
- 1½ muỗng cà phê bột nở
- 1 muỗng cà phê baking soda
- ½ muỗng cà phê muối
- Vỏ từ 1 quả chanh
- 2 muỗng canh dầu dừa, tan chảy
- 2 quả trứng lớn, bị đánh đập
- ¼ cốc sữa ít béo 2%
- ¼ cốc xi-rô phong, cộng thêm để phục vụ
- 1¼ cốc kefir nguyên chất (hơi ấm)
- ½ chén quả việt quất

Hướng

a) Cho bột mì, bột nở, muối nở và muối vào một tô lớn và đánh đều để trộn đều.

b) Thêm dầu dừa, trứng, sữa, xi-rô cây phong, vỏ chanh và kefir vào một cái bát và đánh đều để kết hợp. Dầu dừa tan chảy có thể cứng lại khi kết hợp với các Thành phần lạnh hơn, vì vậy bạn có thể làm ấm kefir một chút để giúp ngăn điều này xảy ra nếu muốn.

c) Đổ Nguyên liệu ướt vào Nguyên liệu khô và trộn đều cho đến khi tất cả Nguyên liệu ướt.

d) Để bột nghỉ từ 2 đến 3 phút. Điều này cho phép tất cả các Thành phần kết hợp với nhau và giúp bột có độ đặc tốt hơn.

e) Xịt đều dầu thực vật lên chảo chống dính hoặc vỉ nướng và đun nóng trên lửa vừa.

f) Sau khi chảo nóng, thêm bột bằng cốc đo ¼ cốc và đổ bột vào chảo để làm bánh kếp. Sử dụng cốc đo lường để giúp định hình bánh kếp.

g) Đặt 3 đến 5 quả việt quất lên mỗi chiếc bánh. Giữ quả dâu hướng vào giữa để lật bánh dễ dàng hơn.

h) Nấu cho đến khi các mặt bánh se lại và bong bóng hình thành ở giữa (khoảng 2 đến 3 phút), sau đó lật bánh.

i) Khi bánh đã chín ở mặt đó, lấy bánh ra khỏi bếp và bày ra đĩa.

j) Tiếp tục các bước này với phần bột còn lại. Ăn với xi-rô cây phong.

63. bánh kếp diêm mạch

Thành phần:
- 1 chén (bất kỳ màu nào) quinoa nấu chín
- ¾ chén bột quinoa
- 2 muỗng cà phê bột nở
- ½ muỗng cà phê muối
- 1 muỗng canh bơ tan chảy
- ¼ cốc sữa chua Hy Lạp
- 2 muỗng canh sữa ít béo 2%
- 2 quả trứng lớn, bị đánh đập
- 2 muỗng canh xi-rô phong
- 1 muỗng cà phê chiết xuất vani
- Bảo quản trái cây, để phục vụ (tùy chọn)

a) Trong một bát lớn, thêm quinoa, bột mì, bột nở và muối với nhau và đánh đều để kết hợp kỹ lưỡng.
b) Trong một bát khác, đánh bơ, sữa chua, sữa, trứng, xi-rô cây thích và vani. Đánh đều mọi thứ lại với nhau để nó được kết hợp tốt.
c) Thêm Nguyên liệu ướt vào Nguyên liệu khô và đánh cho đến khi kết hợp hoàn toàn.
d) Để bột nghỉ từ 2 đến 3 phút. Điều này cho phép tất cả các Thành phần kết hợp với nhau và giúp bột có độ đặc tốt hơn.
e) Xịt đều dầu thực vật lên chảo chống dính hoặc vỉ nướng và đun nóng trên lửa vừa.
f) Sau khi chảo nóng, thêm bột bằng cốc đo ¼ cốc và đổ bột vào chảo để làm bánh kếp. Sử dụng cốc đo lường để giúp định hình bánh kếp.
g) Nấu cho đến khi các mặt bánh se lại và bong bóng hình thành ở giữa (khoảng 2 đến 3 phút), sau đó lật bánh.
h) Khi bánh đã chín ở mặt đó, lấy bánh ra khỏi bếp và bày ra đĩa.
i) Tiếp tục các bước này với phần bột còn lại. Phục vụ với trái cây bảo quản, nếu muốn.

64. Bánh yến mạch sữa chua Hy Lạp

Thành phần:
- 1¾ chén yến mạch cán kiểu cũ
- 1½ muỗng cà phê bột nở
- 1 muỗng cà phê baking soda
- ½ muỗng cà phê quế
- ¼ muỗng cà phê muối
- 1 trứng lớn
- 2 muỗng canh dầu dừa, tan chảy
- 1 muỗng canh xi-rô phong, cộng thêm để phục vụ
- 1 muỗng cà phê chiết xuất vani
- 1 cốc sữa chua Hy Lạp nguyên chất
- ¼ cốc sữa ít béo 2%

Hướng

a) Thêm tất cả các Thành phần vào máy xay sinh tố. Dầu dừa tan chảy có thể đông lại khi kết hợp với các Thành phần lạnh hơn, vì vậy bạn có thể làm ấm sữa một chút để tránh điều này xảy ra nếu muốn.

b) Nghiền mọi thứ trong máy xay sinh tố cho đến khi bạn có một chất lỏng mịn.

c) Đổ hỗn hợp pancake vào tô lớn.

d) Để bột nghỉ từ 5 đến 10 phút. Điều này cho phép tất cả các Thành phần kết hợp với nhau và giúp bột có độ đặc tốt hơn.

e) Xịt đều dầu thực vật lên chảo chống dính hoặc vỉ nướng và đun nóng trên lửa vừa.

f) Sau khi chảo nóng, thêm bột bằng cốc đo ¼ cốc và đổ bột vào chảo để làm bánh kếp. Sử dụng cốc đo lường để giúp định hình bánh kếp.

g) Nướng cho đến khi các mặt bánh se lại và bong bóng hình thành ở giữa (khoảng 2 phút), sau đó lật bánh.

h) Khi bánh đã chín ở mặt đó, lấy bánh ra khỏi bếp và bày ra đĩa.

i) Tiếp tục các bước này với phần bột còn lại. Ăn với xi-rô cây phong.

65. bánh gừng

Thành phần:
Phủ bên trên thức ăn
- ¼ cốc sữa chua Hy Lạp nguyên chất
- 1 muỗng canh xi-rô phong

Bánh xèo
- 1 chén bột đánh vần
- 1 muỗng cà phê baking soda
- 1 muỗng cà phê gừng xay
- 1 muỗng cà phê tiêu xay
- 1 thìa cà phê quế
- ¼ thìa cà phê đinh hương xay
- ¼ muỗng cà phê muối
- 1 trứng lớn
- ½ cốc sữa ít béo 2%
- 3 muỗng canh xi-rô phong
- 1 muỗng cà phê chiết xuất vani

Hướng

a) Trộn sữa chua Hy Lạp và xi-rô cây phong với nhau cho đến khi kết hợp tốt và đặt sang một bên.

b) Trong một bát lớn, thêm bột mì đánh vần, muối nở, gừng, hạt tiêu, quế, đinh hương và muối với nhau và đánh đều để kết hợp kỹ lưỡng.

c) Trong một bát khác, đánh trứng, sữa, xi-rô phong và vani với nhau cho đến khi kết hợp tốt.

d) Thêm Nguyên liệu ướt vào Nguyên liệu khô và đánh cho đến khi kết hợp hoàn toàn.

e) Để bột nghỉ từ 2 đến 3 phút. Điều này cho phép tất cả các Thành phần kết hợp với nhau và giúp bột có độ đặc tốt hơn.

f) Xịt đều dầu thực vật lên chảo chống dính hoặc vỉ nướng và đun nóng trên lửa vừa.

g) Sau khi chảo nóng, thêm bột bằng cốc đo ¼ cốc và đổ bột vào chảo để làm bánh kếp.

h) Nấu cho đến khi các mặt có vẻ se lại và bong bóng hình thành ở giữa.

i) Khi bánh đã chín ở mặt đó, lấy bánh ra khỏi bếp và bày ra đĩa.

j) Tiếp tục các bước này với phần bột còn lại. Ăn kèm với topping sữa chua.

66. Bánh kếp sữa chua Hy Lạp

Thành phần:
- 1 chén bột đánh vần
- ½ muỗng cà phê bột nở
- ½ muỗng cà phê baking soda
- ¾ cốc sữa chua Hy Lạp nguyên chất
- ½ chén + 2 muỗng canh sữa ít béo 2%
- 1 trứng lớn
- 2 muỗng canh xi-rô phong

Hướng

a) Cho bột mì, bột nở và muối nở vào tô và đánh đều.
b) Trong một bát khác, đánh sữa chua, sữa, trứng và xi-rô cây thích với nhau cho đến khi kết hợp hoàn toàn.
c) Thêm Nguyên liệu ướt vào Nguyên liệu khô và đánh cho đến khi kết hợp hoàn toàn.
d) Để bột nghỉ từ 2 đến 3 phút. Điều này cho phép tất cả các Thành phần kết hợp với nhau và giúp bột có độ đặc tốt hơn.
e) Xịt đều dầu thực vật lên chảo chống dính hoặc vỉ nướng và đun nóng trên lửa vừa.
f) Sau khi chảo nóng, thêm bột bằng cốc đo ¼ cốc và đổ bột vào chảo để làm bánh kếp. Sử dụng cốc đo lường để giúp định hình bánh kếp.
g) Nấu cho đến khi các mặt bánh se lại và bong bóng hình thành ở giữa (khoảng 2 đến 3 phút), sau đó lật bánh.
h) Khi bánh đã chín ở mặt đó, lấy bánh ra khỏi bếp và bày ra đĩa.
i) Tiếp tục các bước này với phần bột còn lại.

67. Bánh pancake nho khô bột yến mạch

Thành phần:
Phủ bên trên thức ăn
- ½ chén đường bột
- 1 muỗng canh sữa ít béo 2%

Bánh xèo
- 1¾ chén yến mạch cán kiểu cũ
- 2 muỗng canh đường nâu
- 1½ muỗng cà phê bột nở
- 1 muỗng cà phê baking soda
- ½ muỗng cà phê quế
- ¼ muỗng cà phê muối
- 2 muỗng canh dầu dừa, tan chảy
- 1 muỗng cà phê chiết xuất vani
- 1 cốc sữa ít béo 2%
- ⅓ chén nho khô vàng xắt nhỏ

Hướng
Đối với Topping

a) Trong một bát nhỏ, trộn đường bột và sữa với nhau cho đến khi mịn. Để qua một bên.
b) Đối với bánh kếp
c) Thêm tất cả các Thành phần, ngoại trừ nho khô, vào máy xay sinh tố. Dầu dừa tan chảy có thể đông lại khi kết hợp với các Thành phần lạnh hơn, vì vậy bạn có thể làm ấm sữa một chút để tránh điều này xảy ra nếu muốn.
d) Nghiền mọi thứ trong máy xay sinh tố cho đến khi bạn có một chất lỏng mịn.
e) Đổ hỗn hợp pancake vào tô lớn.
f) Khuấy nho khô xắt nhỏ.
g) Để bột nghỉ từ 5 đến 10 phút. Điều này cho phép tất cả các Thành phần kết hợp với nhau và giúp bột có độ đặc tốt hơn.
h) Xịt đều dầu thực vật lên chảo chống dính hoặc vỉ nướng và đun nóng trên lửa vừa.

i) Sau khi chảo nóng, thêm bột bằng cốc đo ¼ cốc và đổ bột vào chảo để làm bánh kếp. Sử dụng cốc đo lường để giúp định hình bánh kếp.
j) Nấu cho đến khi các mặt bánh se lại và bong bóng hình thành ở giữa (khoảng 2 đến 3 phút), sau đó lật bánh.
k) Khi bánh đã chín ở mặt đó, lấy bánh ra khỏi bếp và bày ra đĩa.
l) Tiếp tục các bước này với phần bột còn lại.
m) Top với topping đường.

68. Bánh kếp bơ đậu phộng và thạch

Thành phần:
- 1½ chén bột đánh vần
- ¾ chén bơ đậu phộng dạng bột
- 1½ muỗng cà phê bột nở
- 1 muỗng cà phê baking soda
- ½ muỗng cà phê muối
- 2 quả trứng lớn, bị đánh đập
- 1 muỗng canh bơ, tan chảy
- 1½ cốc sữa ít béo 2%
- Concord nho thạch, để phục vụ

Hướng

a) Cho bột mì, bơ đậu phộng dạng bột, bột nở, muối nở và muối vào tô và đánh đều.

b) Trong một bát khác, đánh trứng, bơ và sữa với nhau cho đến khi kết hợp hoàn toàn.

c) Thêm Nguyên liệu ướt vào Nguyên liệu khô và đánh cho đến khi kết hợp hoàn toàn.

d) Để bột nghỉ từ 2 đến 3 phút. Điều này cho phép tất cả các Thành phần kết hợp với nhau và giúp bột có độ đặc tốt hơn.

e) Xịt đều dầu thực vật lên chảo chống dính hoặc vỉ nướng và đun nóng trên lửa vừa.

f) Sau khi chảo nóng, thêm bột bằng cốc đo ¼ cốc và đổ bột vào chảo để làm bánh kếp. Sử dụng cốc đo lường để giúp định hình bánh kếp.

g) Nấu cho đến khi các mặt bánh se lại và bong bóng hình thành ở giữa (khoảng 2 đến 3 phút), sau đó lật bánh.

h) Khi bánh đã chín ở mặt đó, lấy bánh ra khỏi bếp và bày ra đĩa.

i) Tiếp tục các bước này với phần bột còn lại. Top với thạch nho.

69. bánh kếp thịt xông khói

Thành phần:
- 8 lát thịt xông khói cắt ở giữa
- 1½ chén bột đánh vần
- 1½ muỗng cà phê bột nở
- 1 muỗng cà phê baking soda
- ½ muỗng cà phê muối
- 2 quả trứng lớn, bị đánh đập
- 1 muỗng canh bơ, tan chảy
- 1 muỗng cà phê chiết xuất vani
- 1¼ cốc sữa ít béo 2%
- ¼ chén xi-rô phong

Hướng

a) Làm nóng lò ở 350 ° F.
b) Xếp thịt xông khói thành một lớp duy nhất trên khay nướng có viền lót giấy da. Điều này làm cho việc dọn dẹp dễ dàng hơn rất nhiều.
c) Trượt thịt xông khói vào lò nướng và nấu trong 30 phút hoặc cho đến khi thịt xông khói chín.
d) Lấy thịt xông khói ra khỏi lò và đặt thịt xông khói lên đĩa có lót khăn giấy để nguội.
e) Trong một bát lớn, thêm bột mì, bột nở, muối nở và muối. Đánh đều để kết hợp các thành phần.
f) Trong một bát khác, thêm trứng, bơ, vani, sữa và xi-rô cây thích và đánh đều để kết hợp các Thành phần.
g) Thêm Nguyên liệu ướt vào Nguyên liệu khô và đánh đều để mọi thứ kết hợp hoàn toàn.
h) Để bột nghỉ từ 2 đến 3 phút. Điều này cho phép tất cả các Thành phần kết hợp với nhau và giúp bột có độ đặc tốt hơn.
i) Xịt đều dầu thực vật lên chảo chống dính hoặc vỉ nướng và đun nóng trên lửa vừa.
j) Sau khi chảo nóng, đặt một dải thịt xông khói lên chảo. Đổ ¼ chén bột lên trên thịt xông khói. Trải đều bột lên thịt xông khói, cũng như các mặt của thịt xông khói.
k) Nấu cho đến khi các mặt có vẻ se lại, sau đó lật bánh để nấu. Bạn có thể nhận thấy rằng những chiếc bánh kếp này nấu nhanh hơn một chút ở mặt thịt xông khói.
l) Khi bánh đã chín ở mặt đó, lấy bánh ra khỏi bếp và bày ra đĩa.
m) Tiếp tục các bước này với phần bột còn lại.

70. Bánh hạnh nhân mâm xôi

Thành phần:
- 1½ cốc quả mâm xôi đông lạnh, rã đông
- 2 thìa mật ong
- 1½ chén bột hạnh nhân
- 1 muỗng cà phê bột nở
- ¼ muỗng cà phê muối
- ¼ muỗng cà phê quế
- 2 quả trứng lớn, bị đánh đập
- ¼ cốc sữa ít béo 2%
- 1 muỗng canh xi-rô phong
- 1 muỗng cà phê chiết xuất vani

Hướng

a) Trộn quả mâm xôi với mật ong. Trong khi trộn trái cây, cũng đập vỡ nó để chiết xuất nhiều chất lỏng hơn.
b) Đổ Raspberry Topping vào túi đựng bánh sandwich, đậy kín và đặt sang một bên.
c) Đối với bánh kếp
d) Thêm bột mì, bột nở, muối và quế vào tô và đánh đều để trộn đều.
e) Trong một bát riêng, trộn các thành phần còn lại với nhau.
f) Thêm Nguyên liệu ướt vào Nguyên liệu khô và đánh đều để chúng kết hợp hoàn toàn.
g) Để bột nghỉ từ 5 đến 10 phút. Điều này cho phép tất cả các Thành phần kết hợp với nhau và giúp bột có độ đặc tốt hơn.
h) Xịt đều dầu thực vật lên chảo chống dính hoặc vỉ nướng và đun nóng ở nhiệt độ trung bình cao.
i) Sau khi chảo nóng, thêm bột bằng cốc đo ¼ cốc và đổ bột vào chảo để làm bánh kếp. Nhẹ nhàng dàn bột thành hình tròn bằng cốc đo lường.
j) Cắt một góc của túi đựng Raspberry Topping và rưới một ít lên trên mặt bánh kếp. Dùng tăm xiên quả mâm xôi xuyên qua đế bánh.
k) Nấu cho đến khi các mặt bánh se lại và bong bóng hình thành ở giữa (khoảng 2 đến 3 phút), sau đó lật bánh.
l) Khi bánh đã chín ở mặt đó, lấy bánh ra khỏi bếp và bày ra đĩa.
m) Tiếp tục các bước này với phần bột còn lại.
n) Lên trên với quả mâm xôi còn lại.

71. Bánh kếp đậu phộng, chuối và sô cô la

Thành phần:
- 1 chén bột đánh vần
- ¼ chén bơ đậu phộng dạng bột
- ½ muỗng cà phê bột nở
- ½ muỗng cà phê baking soda
- ¾ cốc sữa chua Hy Lạp nguyên chất
- 1 quả chuối chín vừa, nghiền nhuyễn, và nhiều loại khác để phục vụ (tùy chọn)
- ¼ chén + 2 muỗng canh sữa ít béo 2%
- 1 trứng lớn
- 2 muỗng canh xi-rô phong
- ½ chén sô cô la chip, cộng với nhiều hơn để phục vụ (tùy chọn)
- Bơ đậu phộng, để phục vụ (tùy chọn)

Hướng

a) Cho bột mì, bột bơ đậu phộng, bột nở và muối nở vào tô và đánh đều.
b) Trong một bát khác, đánh sữa chua, chuối nghiền, sữa, trứng và xi-rô cây phong cho đến khi kết hợp.
c) Thêm Nguyên liệu ướt vào Nguyên liệu khô và đánh cho đến khi kết hợp hoàn toàn.
d) Khuấy sô cô la chip.
e) Để bột nghỉ từ 2 đến 3 phút. Điều này cho phép tất cả các Thành phần kết hợp với nhau và giúp bột có độ đặc tốt hơn.
f) Xịt đều dầu thực vật lên chảo chống dính hoặc vỉ nướng và đun nóng trên lửa vừa.
g) Sau khi chảo nóng, thêm bột bằng cốc đo ¼ cốc và đổ bột vào chảo để làm bánh kếp. Sử dụng cốc đo lường để giúp định hình bánh kếp.
h) Nấu cho đến khi các mặt bánh se lại và bong bóng hình thành ở giữa (khoảng 2 đến 3 phút), sau đó lật bánh.
i) Khi bánh đã chín ở mặt đó, lấy bánh ra khỏi bếp và bày ra đĩa.
j) Tiếp tục các bước này với phần bột còn lại.

72. Bánh kếp dừa vani

Thành phần:
Topping dừa vani
- 1 cốc nước cốt dừa đóng hộp đầy đủ chất béo
- ¼ chén xi-rô phong
- 1½ muỗng cà phê chiết xuất vani
- nhúm muối nhỏ

Bánh xèo
- 1½ chén bột đánh vần
- ¼ chén dừa nạo không đường, nướng (cộng thêm khi phục vụ)
- 1½ muỗng cà phê bột nở
- 1 muỗng cà phê baking soda
- ½ muỗng cà phê muối
- 2 quả trứng lớn, bị đánh đập
- 2 muỗng canh dầu dừa, tan chảy
- 1 muỗng canh chiết xuất vani
- ¼ chén xi-rô phong
- ¼ chén nước cốt dừa béo đóng hộp
- 1¼ cốc kefir nguyên chất

Hướng

a) Thêm tất cả các Thành phần vào một cái chảo nhỏ và đun nóng trên lửa vừa.
b) Thỉnh thoảng khuấy đều và nấu cho đến khi hỗn hợp bắt đầu đặc lại (khoảng 7 phút).
c) Tắt bếp để nguội một chút.
d) Đối với bánh kếp
e) Trong một bát lớn, thêm bột mì, dừa, bột nở, muối nở và muối. Đánh đều để kết hợp các thành phần.
f) Trong một bát khác, thêm trứng, dầu dừa, vani, xi-rô cây phong, nước cốt dừa và kefir và đánh đều để kết hợp các Thành phần. Dầu dừa tan chảy có thể cứng lại khi kết hợp với các Thành phần lạnh hơn, vì vậy bạn có thể làm ấm kefir một chút để giúp ngăn điều này xảy ra nếu muốn.
g) Thêm Nguyên liệu ướt vào Nguyên liệu khô và đánh đều để mọi thứ kết hợp hoàn toàn.

h) Để bột nghỉ từ 2 đến 3 phút. Điều này cho phép tất cả các Thành phần kết hợp với nhau và giúp bột có độ đặc tốt hơn.
i) Xịt đều dầu thực vật lên chảo chống dính hoặc vỉ nướng và đun nóng trên lửa vừa.
j) Sau khi chảo nóng, thêm bột bằng cốc đo ¼ cốc và đổ bột vào chảo để làm bánh kếp. Sử dụng cốc đo lường để giúp định hình bánh kếp.
k) Nấu cho đến khi các mặt bánh se lại và bong bóng hình thành ở giữa (khoảng 2 đến 3 phút), sau đó lật bánh.
l) Khi bánh đã chín ở mặt đó, lấy bánh ra khỏi bếp và bày ra đĩa.
m) Tiếp tục các bước này với phần bột còn lại.
n) Cho lớp phủ dừa vani lên trên bánh kếp và rắc dừa nướng trước khi ăn.

73. Bánh hạnh nhân socola dừa

Thành phần:
- 1½ chén bột hạnh nhân
- ½ chén dừa vụn, không đường, nướng
- 1 muỗng cà phê bột nở
- 1 muỗng cà phê baking soda
- ¼ muỗng cà phê muối
- 2 quả trứng lớn, bị đánh đập
- ½ chén nước cốt dừa béo đóng hộp
- 1 muỗng canh xi-rô phong, cộng thêm để phục vụ
- 1 muỗng cà phê chiết xuất vani
- ½ chén sô cô la chip
- Dừa nướng, hạnh nhân rang và sô cô la bào để phục vụ

Hướng

a) Cho bột mì, dừa nạo, bột nở, muối nở và muối vào tô và đánh đều để trộn đều.
b) Trong một bát riêng, đánh trứng, nước cốt dừa, xi-rô phong và vani với nhau.
c) Thêm Nguyên liệu ướt vào Nguyên liệu khô và đánh đều để chúng kết hợp hoàn toàn.
d) Khuấy sô cô la chip.
e) Để bột nghỉ từ 5 đến 10 phút. Điều này cho phép tất cả các Thành phần kết hợp với nhau và giúp bột có độ đặc tốt hơn.
f) Xịt đều dầu thực vật lên chảo chống dính hoặc vỉ nướng và đun nóng trên lửa vừa.
g) Sau khi chảo nóng, thêm bột bằng cốc đo ¼ cốc và đổ bột vào chảo để làm bánh kếp. Sử dụng cốc đo lường để giúp định hình bánh kếp.
h) Nấu cho đến khi các mặt bánh se lại và bong bóng hình thành ở giữa (khoảng 2 đến 3 phút), sau đó lật bánh.
i) Khi bánh đã chín ở mặt đó, lấy bánh ra khỏi bếp và bày ra đĩa.
j) Tiếp tục các bước này với phần bột còn lại.
k) Phủ dừa nướng, hạnh nhân rang, sô cô la vụn lên trên và thêm một ít xi-rô phong, nếu bạn muốn.

74. Bánh pancake dâu tây

Thành phần:
- 1¾ chén yến mạch cán kiểu cũ
- 1½ muỗng cà phê bột nở
- 1 muỗng cà phê baking soda
- ½ muỗng cà phê quế
- ¼ muỗng cà phê muối
- 2 muỗng canh dầu dừa, tan chảy
- 1 muỗng canh xi-rô phong
- 1 trứng lớn
- 1 muỗng cà phê chiết xuất vani
- 1½ cốc sữa ít béo 2%
- 1 chén dâu tây thái lát mỏng
- Kem và dâu tây đánh bông, để phục vụ

Hướng

a) Cho tất cả Nguyên liệu, trừ dâu tây, vào máy xay sinh tố. Dầu dừa tan chảy có thể đông lại khi kết hợp với các Thành phần lạnh hơn, vì vậy bạn có thể làm ấm sữa một chút để tránh điều này xảy ra nếu muốn.

b) Nghiền mọi thứ trong máy xay sinh tố cho đến khi bạn có một chất lỏng mịn.

c) Đổ hỗn hợp pancake vào tô lớn.

d) Để bột nghỉ từ 5 đến 10 phút. Điều này cho phép tất cả các Thành phần kết hợp với nhau và giúp bột có độ đặc tốt hơn.

e) Xịt đều dầu thực vật lên chảo chống dính hoặc vỉ nướng và đun nóng trên lửa vừa.

f) Sau khi chảo nóng, thêm bột bằng cốc đo ¼ cốc và đổ bột vào chảo để làm bánh kếp. Sử dụng cốc đo lường để giúp định hình bánh kếp. Đặt dâu tây thái lát trong một lớp duy nhất trong bột.

g) Nướng cho đến khi các mặt bánh se lại và bong bóng hình thành ở giữa (khoảng 2 phút), sau đó lật bánh. Bạn có thể cần để những món này nấu lâu hơn một chút ở mặt đầu tiên để chúng không bị vỡ ra khi bạn lật chúng. Dâu tây rất nặng và có thể khiến những chiếc bánh kếp này bị vỡ nếu chúng không được đặt hoàn toàn ở mặt đầu tiên.

h) Khi bánh đã chín ở mặt đó, lấy bánh ra khỏi bếp và bày ra đĩa.

i) Tiếp tục các bước này với phần bột còn lại.

j) Để phục vụ, lớp bánh kếp với kem đánh bông và phủ dâu tây lên trên.

75. Bánh kếp cốc bơ đậu phộng

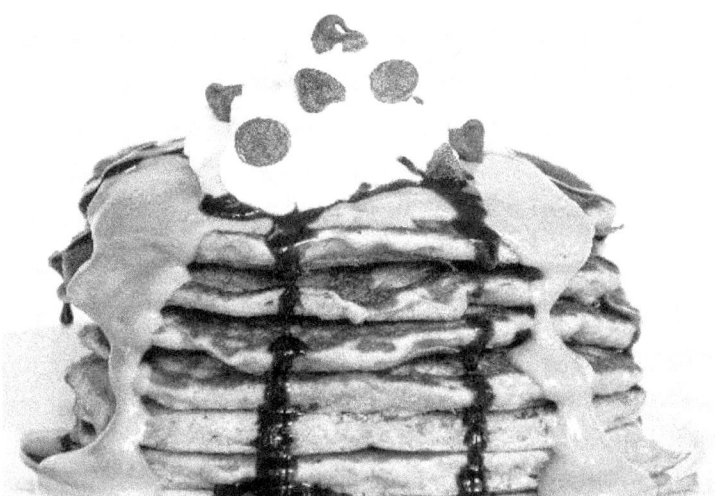

Thành phần:
- 1¾ chén yến mạch cán kiểu cũ
- ¼ chén bơ đậu phộng dạng bột
- 1½ muỗng cà phê bột nở
- 1 muỗng cà phê baking soda
- ½ muỗng cà phê quế
- ¼ muỗng cà phê muối
- 2 muỗng canh dầu dừa, tan chảy
- 1 muỗng canh xi-rô phong
- 1 trứng lớn
- 1 muỗng cà phê chiết xuất vani
- 1½ cốc sữa ít béo 2%
- ½ chén sô cô la chip

Hướng

a) Cho tất cả các Nguyên liệu, ngoại trừ vụn sô cô la, vào máy xay sinh tố. Dầu dừa tan chảy có thể đông lại khi kết hợp với các Thành phần lạnh hơn, vì vậy bạn có thể làm ấm sữa một chút để tránh điều này xảy ra nếu muốn.

b) Nghiền mọi thứ trong máy xay sinh tố cho đến khi bạn có một chất lỏng mịn.

c) Đổ bột bánh pancake vào một cái tô lớn.

d) Khuấy sô cô la chip.

e) Để bột nghỉ từ 5 đến 10 phút. Điều này cho phép tất cả các Thành phần kết hợp với nhau và giúp bột có độ đặc tốt hơn.

f) Xịt đều dầu thực vật lên chảo chống dính hoặc vỉ nướng và đun nóng trên lửa vừa.

g) Sau khi chảo nóng, thêm bột bằng cốc đo ¼ cốc và đổ bột vào chảo để làm bánh kếp. Sử dụng cốc đo lường để giúp định hình bánh kếp.

h) Nấu cho đến khi các mặt bánh se lại và bong bóng hình thành ở giữa (khoảng 2 đến 3 phút), sau đó lật bánh.

i) Khi bánh đã chín ở mặt đó, lấy bánh ra khỏi bếp và bày ra đĩa.

j) Tiếp tục các bước này với phần bột còn lại.

76. Bánh kếp sô cô la Mexico

Thành phần:
- 1 chén bột đánh vần
- ¼ cốc ca cao không đường
- 1 thìa cà phê quế
- ½ muỗng cà phê bột nở
- ½ muỗng cà phê baking soda
- ¾ cốc sữa chua Hy Lạp nguyên chất
- ¼ chén + 2 muỗng canh sữa ít béo 2%
- 1 trứng lớn
- 2 muỗng canh xi-rô phong

Hướng

a) Thêm bột mì, ca cao, quế, bột nở và muối nở vào tô và đánh đều.
b) Trong một bát khác, đánh sữa chua, sữa, trứng và xi-rô cây thích với nhau cho đến khi kết hợp hoàn toàn.
c) Thêm Nguyên liệu ướt vào Nguyên liệu khô và đánh cho đến khi kết hợp hoàn toàn.
d) Để bột nghỉ từ 2 đến 3 phút. Điều này cho phép tất cả các Thành phần kết hợp với nhau và giúp bột có độ đặc tốt hơn.
e) Xịt đều dầu thực vật lên chảo chống dính hoặc vỉ nướng và đun nóng trên lửa vừa.
f) Sau khi chảo nóng, thêm bột bằng cốc đo ¼ cốc và đổ bột vào chảo để làm bánh kếp. Sử dụng cốc đo lường để giúp định hình bánh kếp.
g) Nấu cho đến khi các mặt bánh se lại và bong bóng hình thành ở giữa (khoảng 2 đến 3 phút), sau đó lật bánh.
h) Khi bánh đã chín ở mặt đó, lấy bánh ra khỏi bếp và bày ra đĩa.
i) Tiếp tục các bước này với phần bột còn lại.

77. Bánh kếp sinh nhật bất ngờ

Thành phần:
- 1 chén bột đánh vần
- 2 muỗng canh hỗn hợp bánh pudding vani không đường
- ½ muỗng cà phê bột nở
- ½ muỗng cà phê baking soda
- ¾ cốc sữa chua Hy Lạp nguyên chất
- ½ chén + 2 muỗng canh sữa ít béo 2%
- 1 trứng lớn
- 2 muỗng canh xi-rô phong
- ¼ cốc rắc cầu vồng, cộng với nhiều hơn cho topping (tùy chọn)

Hướng

a) Thêm bột mì, bánh pudding, bột nở và baking soda vào tô và đánh đều để kết hợp.
b) Trong một bát khác, đánh sữa chua, sữa, trứng và xi-rô cây thích với nhau cho đến khi kết hợp hoàn toàn.
c) Thêm Nguyên liệu ướt vào Nguyên liệu khô và đánh cho đến khi kết hợp hoàn toàn.
d) Để bột nghỉ từ 2 đến 3 phút. Điều này cho phép tất cả các Thành phần kết hợp với nhau và giúp bột có độ đặc tốt hơn.
e) Sau khi bột nghỉ, khuấy trong rắc.
f) Xịt đều dầu thực vật lên chảo chống dính hoặc vỉ nướng và đun nóng trên lửa vừa.
g) Sau khi chảo nóng, thêm bột bằng cốc đo ¼ cốc và đổ bột vào chảo để làm bánh kếp. Sử dụng cốc đo lường để giúp định hình bánh kếp.
h) Nấu cho đến khi các mặt bánh se lại và bong bóng hình thành ở giữa (khoảng 2 đến 3 phút), sau đó lật bánh.
i) Khi bánh đã chín ở mặt đó, lấy bánh ra khỏi bếp và bày ra đĩa.
j) Tiếp tục các bước này với phần bột còn lại.

78. Bánh kếp quái vật xanh

Thành phần:
- 1½ chén bột đánh vần
- 2 muỗng canh bột gai dầu
- 1 muỗng canh bột tảo xoắn
- 1½ muỗng cà phê bột nở
- 1 muỗng cà phê baking soda
- ½ muỗng cà phê muối
- 2 muỗng canh dầu dừa, tan chảy
- 1½ muỗng canh mật ong
- 1 muỗng canh chiết xuất vani
- 2 quả trứng lớn, bị đánh đập
- ¼ chén nước cốt dừa béo đóng hộp
- 1¼ cốc kefir nguyên chất (hơi ấm)

Hướng

a) Thêm bột mì đánh vần, bột gai dầu, bột tảo xoắn, bột nở, muối nở và muối vào một cái bát và đánh đều để kết hợp.

b) Trong một bát khác, đánh dầu dừa, mật ong, vani, trứng, nước cốt dừa và kefir với nhau cho đến khi chúng hòa quyện vào nhau. Dầu dừa tan chảy có thể cứng lại khi kết hợp với các Thành phần lạnh hơn, vì vậy bạn có thể làm ấm kefir một chút để giúp ngăn điều này xảy ra nếu muốn.

c) Thêm Nguyên liệu ướt vào Nguyên liệu khô và trộn đều cho đến khi kết hợp hoàn toàn.

d) Để bột nghỉ từ 2 đến 3 phút. Điều này cho phép tất cả các Thành phần kết hợp với nhau và giúp bột có độ đặc tốt hơn.

e) Xịt đều dầu thực vật lên chảo chống dính hoặc vỉ nướng và đun nóng trên lửa vừa.

f) Sau khi chảo nóng, thêm bột bằng cốc đo ¼ cốc và đổ bột vào chảo để làm bánh kếp. Sử dụng cốc đo lường để giúp định hình bánh kếp.

g) Nấu cho đến khi các mặt bánh se lại và bong bóng hình thành ở giữa (khoảng 2 đến 3 phút), sau đó lật bánh.

h) Khi bánh đã chín ở mặt đó, lấy bánh ra khỏi bếp và bày ra đĩa.

i) Tiếp tục các bước này với phần bột còn lại.

79. Bánh kếp vani matcha

Thành phần:
- 1¾ chén yến mạch cán kiểu cũ
- 2 muỗng canh bột matcha không đường
- 2 muỗng canh hỗn hợp bánh pudding vani không đường
- 1½ muỗng cà phê bột nở
- 1 muỗng cà phê baking soda
- ¼ muỗng cà phê muối
- 2 muỗng canh dầu dừa, tan chảy
- 1 muỗng canh xi-rô phong
- 1 trứng lớn
- 1 muỗng cà phê chiết xuất vani
- 1½ cốc sữa ít béo 2%

Hướng

a) Thêm tất cả các Thành phần vào máy xay sinh tố. Dầu dừa tan chảy có thể đông lại khi kết hợp với các Thành phần lạnh hơn, vì vậy bạn có thể làm ấm sữa một chút để tránh điều này xảy ra nếu muốn.

b) Nghiền mọi thứ trong máy xay sinh tố cho đến khi bạn có một chất lỏng mịn.

c) Đổ hỗn hợp pancake vào tô lớn.

d) Để bột nghỉ từ 5 đến 10 phút. Điều này cho phép tất cả các Thành phần kết hợp với nhau và giúp bột có độ đặc tốt hơn.

e) Xịt đều dầu thực vật lên chảo chống dính hoặc vỉ nướng và đun nóng trên lửa vừa.

f) Sau khi chảo nóng, thêm bột bằng cốc đo ¼ cốc và đổ bột vào chảo để làm bánh kếp. Sử dụng cốc đo lường để giúp định hình bánh kếp.

g) Nấu cho đến khi các mặt bánh se lại và bong bóng hình thành ở giữa (khoảng 2 đến 3 phút), sau đó lật bánh.

h) Khi bánh đã chín ở mặt đó, lấy bánh ra khỏi bếp và bày ra đĩa.

i) Tiếp tục các bước này với phần bột còn lại.

80. bánh kếp piña colada

Thành phần:
- 1 chén bột đánh vần
- ½ muỗng cà phê bột nở
- ½ muỗng cà phê baking soda
- ¾ cốc sữa chua Hy Lạp nguyên chất
- ½ chén + 2 muỗng canh nước cốt dừa béo đóng hộp
- 1 trứng lớn
- 2 muỗng canh xi-rô phong
- 1 muỗng cà phê chiết xuất vani
- ½ chén dứa thái hạt lựu

Hướng
a) Cho bột mì, bột nở và muối nở vào tô và đánh đều.
b) Trong một bát khác, đánh sữa chua, nước cốt dừa, trứng, xi-rô phong và vani với nhau cho đến khi kết hợp hoàn toàn.
c) Thêm Nguyên liệu ướt vào Nguyên liệu khô và trộn đều cho đến khi kết hợp hoàn toàn.
d) Khi mọi thứ đã được trộn đều, cho dứa vào khuấy đều.
e) Để bột nghỉ từ 2 đến 3 phút. Điều này cho phép tất cả các Thành phần kết hợp với nhau và giúp bột có độ đặc tốt hơn.
f) Xịt đều dầu thực vật lên chảo chống dính hoặc vỉ nướng và đun nóng trên lửa vừa.
g) Sau khi chảo nóng, thêm bột bằng cốc đo ¼ cốc và đổ bột vào chảo để làm bánh kếp. Sử dụng cốc đo lường để giúp định hình bánh kếp.
h) Nấu cho đến khi các mặt bánh se lại và bong bóng hình thành ở giữa (khoảng 2 đến 3 phút), sau đó lật bánh.
i) Khi bánh đã chín ở mặt đó, lấy bánh ra khỏi bếp và bày ra đĩa.
j) Tiếp tục các bước này với phần bột còn lại.

81. Bánh hạnh nhân anh đào

Thành phần:
- 1½ chén bột hạnh nhân
- 1 muỗng cà phê bột nở
- 1 muỗng cà phê baking soda
- ¼ muỗng cà phê muối
- 2 quả trứng lớn, bị đánh đập
- 1 muỗng canh xi-rô phong
- 1 muỗng cà phê chiết xuất vani
- ½ chén nước cốt dừa béo đóng hộp
- ½ chén anh đào ngọt thái hạt lựu
- ¼ chén hạnh nhân thái lát

Hướng

a) Thêm bột mì, bột nở, muối nở và muối vào tô và đánh đều để trộn đều.

b) Trong một bát riêng, đánh trứng, xi-rô cây thích, vani và nước cốt dừa với nhau.

c) Thêm Nguyên liệu ướt vào Nguyên liệu khô và đánh đều để chúng kết hợp hoàn toàn.

d) Bây giờ cho quả anh đào và hạnh nhân vào trộn đều cho đến khi mọi thứ được trộn đều.

e) Để bột nghỉ từ 5 đến 10 phút. Điều này cho phép tất cả các Thành phần kết hợp với nhau và giúp bột có độ đặc tốt hơn.

f) Xịt đều dầu thực vật lên chảo chống dính hoặc vỉ nướng và đun nóng ở nhiệt độ trung bình cao.

g) Sau khi chảo nóng, thêm bột bằng cốc đo ¼ cốc và đổ bột vào chảo để làm bánh kếp. Sử dụng cốc đo lường để giúp định hình bánh kếp.

h) Nấu cho đến khi các mặt bánh se lại và bong bóng hình thành ở giữa (khoảng 2 đến 3 phút), sau đó lật bánh.

i) Khi bánh đã chín ở mặt đó, lấy bánh ra khỏi bếp và bày ra đĩa.

j) Tiếp tục các bước này với phần bột còn lại.

82. bánh chanh chìa khóa

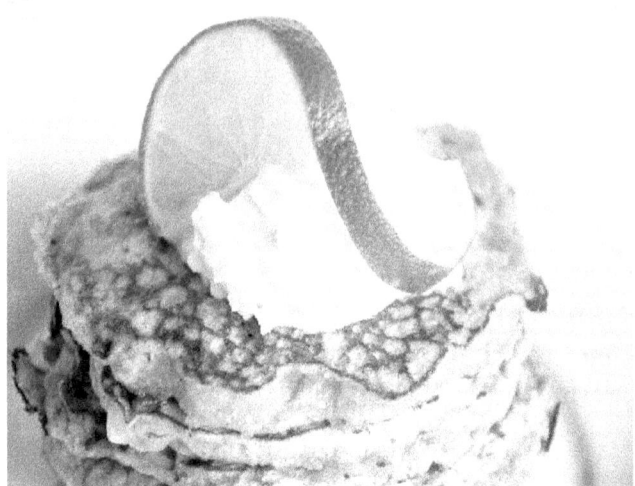

Thành phần:
- 2 quả trứng
- ½ chén phô mai
- ½ muỗng cà phê chiết xuất vani
- 1 thìa mật ong
- Vỏ từ 1 quả chanh
- ¼ chén bột đánh vần
- ½ muỗng cà phê bột nở
- ¼ muỗng cà phê muối nở
- 2 muỗng cà phê hỗn hợp thạch chanh không đường

Hướng

a) Đánh trứng, phô mai, vani, mật ong và vỏ chanh với nhau và để sang một bên.
b) Trong một bát khác, trộn các Thành phần còn lại với nhau cho đến khi kết hợp tốt.
c) Thêm Nguyên liệu ướt vào Nguyên liệu khô và đánh cho đến khi kết hợp hoàn toàn.
d) Xịt đều dầu thực vật lên chảo chống dính hoặc vỉ nướng và đun nóng trên lửa vừa.
e) Sau khi chảo nóng, thêm bột bằng cốc đo ¼ cốc và đổ bột vào chảo để làm bánh kếp. Sử dụng cốc đo lường để giúp định hình bánh kếp.
f) Nấu cho đến khi các mặt bánh se lại và bong bóng hình thành ở giữa (khoảng 2 đến 3 phút), sau đó lật bánh.
g) Khi bánh đã chín ở mặt đó, lấy bánh ra khỏi bếp và bày ra đĩa.
h) Tiếp tục các bước này với phần bột còn lại.

83. Bánh kếp gia vị bí ngô

Thành phần:
- 1½ chén yến mạch cán kiểu cũ
- 1½ muỗng cà phê bột nở
- ½ muỗng cà phê baking soda
- ½ muỗng cà phê quế
- ½ thìa cà phê tiêu xay
- ½ muỗng cà phê gừng xay
- ¼ muỗng cà phê muối
- ½ chén bí ngô đóng hộp
- 2 muỗng canh dầu dừa, tan chảy
- 2 muỗng canh xi-rô phong
- 1 trứng lớn
- 1 muỗng cà phê chiết xuất vani
- 1 cốc sữa ít béo 2%

Hướng

a) Thêm tất cả các Thành phần vào máy xay sinh tố. Dầu dừa tan chảy có thể đông lại khi kết hợp với các Thành phần lạnh hơn, vì vậy bạn có thể làm ấm sữa một chút để tránh điều này xảy ra nếu muốn.

b) Nghiền mọi thứ trong máy xay sinh tố cho đến khi bạn có một chất lỏng mịn.

c) Đổ hỗn hợp pancake vào tô lớn.

d) Để bột nghỉ từ 5 đến 10 phút. Điều này cho phép tất cả các Thành phần kết hợp với nhau và giúp bột có độ đặc tốt hơn.

e) Xịt đều dầu thực vật lên chảo chống dính hoặc vỉ nướng và đun nóng trên lửa vừa.

f) Sau khi chảo nóng, thêm bột bằng cốc đo ¼ cốc và đổ bột vào chảo để làm bánh kếp. Sử dụng cốc đo lường để giúp định hình bánh kếp.

g) Nấu cho đến khi các mặt bánh se lại và bong bóng hình thành ở giữa (khoảng 2 đến 3 phút), sau đó lật bánh.

h) Khi bánh đã chín ở mặt đó, lấy bánh ra khỏi bếp và bày ra đĩa.

i) Tiếp tục các bước này với phần bột còn lại.

84. Bánh kếp chuối sô cô la

Thành phần:
- 1 quả chuối chín, và nhiều hơn nữa để phục vụ
- 2 quả trứng lớn
- ½ muỗng cà phê bột nở
- 2 muỗng canh bột ca cao không đường
- Xi-rô phong, để phục vụ

Hướng

a) Cho chuối vào bát và nghiền cho đến khi chuối mềm và mịn - không bị vón cục.
b) Đập trứng vào một bát khác và đánh cho đến khi chúng được trộn đều.
c) Cho bột nở và bột ca cao vào bát chuối rồi đổ trứng vào. Whisk để kết hợp hoàn toàn mọi thứ lại với nhau.
d) Xịt đều dầu thực vật lên chảo chống dính hoặc vỉ nướng và đun nóng trên lửa vừa.
e) Khi chảo nóng, cho 2 thìa bột vào chảo để làm bánh xèo.
f) Nấu cho đến khi các mặt bánh se lại (bạn sẽ không thấy bong bóng nào), sau đó cẩn thận lật bánh.
g) Khi bánh đã chín ở mặt đó, lấy bánh ra khỏi bếp và bày ra đĩa.
h) Tiếp tục các bước này với phần bột còn lại. Phục vụ với chuối thái lát và xi-rô cây thích, nếu muốn.

85. Bánh hạnh nhân vani

Thành phần:
- 1 chén bột đánh vần
- 2 muỗng canh hỗn hợp bánh pudding vani không đường
- ½ muỗng cà phê bột nở
- ½ muỗng cà phê baking soda
- ¾ cốc sữa chua Hy Lạp nguyên chất
- ½ chén + 2 muỗng canh sữa ít béo 2%
- 1 trứng lớn
- 2 muỗng canh xi-rô phong
- ¼ chén hạnh nhân thái lát

Hướng

a) Cho bột mì, hỗn hợp bánh pudding, bột nở và muối nở vào tô và đánh đều.
b) Trong một bát khác, đánh sữa chua, sữa, trứng và xi-rô cây thích với nhau cho đến khi kết hợp hoàn toàn.
c) Thêm Nguyên liệu ướt vào Nguyên liệu khô và đánh cho đến khi kết hợp hoàn toàn.
d) Khuấy hạnh nhân cuối cùng.
e) Để bột nghỉ từ 2 đến 3 phút. Điều này cho phép tất cả các Thành phần kết hợp với nhau và giúp bột có độ đặc tốt hơn.
f) Xịt đều dầu thực vật lên chảo chống dính hoặc vỉ nướng và đun nóng trên lửa vừa.
g) Sau khi chảo nóng, thêm bột bằng cốc đo ¼ cốc và đổ bột vào chảo để làm bánh kếp. Sử dụng cốc đo lường để giúp định hình bánh kếp.
h) Nấu cho đến khi các mặt bánh se lại và bong bóng hình thành ở giữa (khoảng 2 đến 3 phút), sau đó lật bánh.
i) Khi bánh đã chín ở mặt đó, lấy bánh ra khỏi bếp và bày ra đĩa.
j) Tiếp tục các bước này với phần bột còn lại.

86. Bánh kếp khỉ ngộ nghĩnh

Thành phần:
- 1½ chén bột hạnh nhân
- 1 muỗng cà phê bột nở
- 1 muỗng cà phê baking soda
- ¼ muỗng cà phê muối
- 1 quả chuối chín cỡ vừa, nghiền nhuyễn, và nhiều hơn nữa để phục vụ
- 2 quả trứng lớn, bị đánh đập
- ½ cốc nước cốt dừa
- 1 muỗng canh xi-rô phong
- 1 muỗng cà phê chiết xuất vani
- ½ chén quả óc chó xắt nhỏ
- ½ cốc sô cô la đen chip, và nhiều hơn nữa để phục vụ

Hướng

a) Thêm bột mì, bột nở, muối nở và muối vào tô và đánh đều để trộn đều.
b) Trong một bát riêng, đánh chuối nghiền, trứng, nước cốt dừa, xi-rô phong và vani với nhau.
c) Thêm Nguyên liệu ướt vào Nguyên liệu khô và đánh đều để chúng kết hợp hoàn toàn.
d) Bây giờ cho quả óc chó và vụn sô cô la vào trộn đều cho đến khi mọi thứ được trộn đều.
e) Để bột nghỉ từ 5 đến 10 phút. Điều này cho phép tất cả các Thành phần kết hợp với nhau và giúp bột có độ đặc tốt hơn.
f) Xịt đều dầu thực vật lên chảo chống dính hoặc vỉ nướng và đun nóng ở nhiệt độ trung bình cao.
g) Sau khi chảo nóng, thêm bột bằng cốc đo ¼ cốc và đổ bột vào chảo để làm bánh kếp. Sử dụng cốc đo lường để giúp định hình bánh kếp.
h) Nấu cho đến khi các mặt có vẻ se lại và bong bóng hình thành ở giữa, sau đó lật bánh kếp.
i) Khi bánh đã chín ở mặt đó, lấy bánh ra khỏi bếp và bày ra đĩa.
j) Ăn kèm với chuối thái lát và sô cô la chip.

87. bánh kếp vani

Thành phần:
- 1½ chén bột đánh vần
- 2 muỗng canh hỗn hợp bánh pudding vani không đường
- 1½ muỗng cà phê bột nở
- 1 muỗng cà phê baking soda
- ½ muỗng cà phê muối
- 2 quả trứng lớn, bị đánh đập
- 2 muỗng canh dầu dừa, tan chảy
- 1 muỗng canh chiết xuất vani
- ¼ cốc xi-rô phong, cộng thêm để phục vụ
- 1¼ cốc kefir nguyên chất

Hướng

a) Thêm bột mì đánh vần, hỗn hợp bánh pudding, bột nở, muối nở và muối vào một cái bát và đánh đều để kết hợp.

b) Trong một bát khác, đánh trứng, dầu dừa, vani, xi-rô cây phong và kefir với nhau cho đến khi chúng được kết hợp tốt. Dầu dừa tan chảy có thể cứng lại khi kết hợp với các Thành phần lạnh hơn, vì vậy bạn có thể làm ấm kefir một chút để giúp ngăn điều này xảy ra nếu muốn.

c) Thêm Nguyên liệu ướt vào Nguyên liệu khô và đánh cho đến khi kết hợp hoàn toàn.

d) Để bột nghỉ từ 2 đến 3 phút. Điều này cho phép tất cả các Thành phần kết hợp với nhau và giúp bột có độ đặc tốt hơn.

e) Xịt đều dầu thực vật lên chảo chống dính hoặc vỉ nướng và đun nóng trên lửa vừa.

f) Sau khi chảo nóng, thêm bột bằng cốc đo ¼ cốc và đổ bột vào chảo để làm bánh kếp. Sử dụng cốc đo lường để giúp định hình bánh kếp.

g) Nấu cho đến khi các mặt bánh se lại và bong bóng hình thành ở giữa (khoảng 2 đến 3 phút), sau đó lật bánh.

h) Khi bánh đã chín ở mặt đó, lấy bánh ra khỏi bếp và bày ra đĩa.

88. Bánh pancake xoài việt quất

Thành phần:
- 1 chén bột đánh vần
- ½ muỗng cà phê bột nở
- ½ muỗng cà phê baking soda
- ¾ cốc sữa chua Hy Lạp nguyên chất
- ¼ chén + 2 muỗng canh sữa ít béo 2%
- 1 trứng lớn
- 2 muỗng canh xi-rô phong
- ½ chén xoài xay nhuyễn
- ½ chén quả việt quất

Hướng
a) Cho bột mì, bột nở và muối nở vào tô và đánh đều.
b) Trong một bát khác, đánh sữa chua, sữa, trứng, xi-rô cây phong và xoài xay nhuyễn với nhau cho đến khi kết hợp.
c) Thêm Nguyên liệu ướt vào Nguyên liệu khô và đánh cho đến khi kết hợp hoàn toàn.
d) Cẩn thận khuấy quả việt quất.
e) Để bột nghỉ từ 2 đến 3 phút. Điều này cho phép tất cả các Thành phần kết hợp với nhau và giúp bột có độ đặc tốt hơn.
f) Xịt đều dầu thực vật lên chảo chống dính hoặc vỉ nướng và đun nóng trên lửa vừa.
g) Sau khi chảo nóng, thêm bột bằng cốc đo ¼ cốc và đổ bột vào chảo để làm bánh kếp. Sử dụng cốc đo lường để giúp định hình bánh kếp.
h) Nấu cho đến khi các mặt bánh se lại và bong bóng hình thành ở giữa (khoảng 2 đến 3 phút), sau đó lật bánh.
i) Khi bánh đã chín ở mặt đó, lấy bánh ra khỏi bếp và bày ra đĩa.
j) Tiếp tục các bước này với phần bột còn lại.

89. bánh mocha

Thành phần:
- 1½ chén bột đánh vần
- ¼ cốc ca cao không đường
- 3 muỗng cà phê bột espresso hòa tan
- 1½ muỗng cà phê bột nở
- 1 muỗng cà phê baking soda
- ½ muỗng cà phê muối
- 2 muỗng canh dầu dừa, tan chảy
- 1 muỗng cà phê chiết xuất vani
- 2 quả trứng lớn, bị đánh đập
- 1¼ cốc kefir nguyên chất

Hướng

a) Cho bột mì, ca cao, bột espresso, bột nở, muối nở và muối vào tô và đánh đều.

b) Trong một bát khác, đánh dầu dừa, vani, trứng và kefir với nhau cho đến khi chúng được kết hợp tốt. Dầu dừa tan chảy có thể cứng lại khi kết hợp với các Thành phần lạnh hơn, vì vậy bạn có thể làm ấm kefir một chút để giúp ngăn điều này xảy ra nếu muốn.

c) Thêm Nguyên liệu ướt vào Nguyên liệu khô và đánh cho đến khi kết hợp hoàn toàn.

d) Để bột nghỉ từ 2 đến 3 phút. Điều này cho phép tất cả các Thành phần kết hợp với nhau và giúp bột có độ đặc tốt hơn.

e) Xịt đều dầu thực vật lên chảo chống dính hoặc vỉ nướng và đun nóng trên lửa vừa.

f) Sau khi chảo nóng, thêm bột bằng cốc đo ¼ cốc và đổ bột vào chảo để làm bánh kếp. Sử dụng cốc đo lường để giúp định hình bánh kếp.

g) Nấu cho đến khi các mặt bánh se lại và bong bóng hình thành ở giữa (khoảng 2 đến 3 phút), sau đó lật bánh.

h) Khi bánh đã chín ở mặt đó, lấy bánh ra khỏi bếp và bày ra đĩa.

90. bánh xèo

Thành phần:
- 1½ chén bột quinoa
- 1½ muỗng cà phê bột nở
- 1 muỗng cà phê baking soda
- 1 thìa cà phê quế
- ¾ muỗng cà phê bạch đậu khấu
- Đinh hương nhúm hào phóng
- ½ muỗng cà phê gừng xay
- ½ thìa cà phê tiêu xay
- ½ muỗng cà phê muối
- 2 quả trứng lớn, bị đánh đập
- 2 muỗng canh dầu dừa, tan chảy
- 1¼ cốc kefir nguyên chất
- ¼ chén xi-rô phong
- 1 muỗng cà phê chiết xuất vani

Hướng

a) Trong một bát lớn, thêm bột mì, bột nở, baking soda, quế, bạch đậu khấu, đinh hương, gừng, hạt tiêu và muối với nhau và đánh đều để trộn đều.

b) Trong một bát khác, đánh trứng, dầu dừa, kefir, xi-rô phong và vani với nhau cho đến khi kết hợp. Dầu dừa tan chảy có thể cứng lại khi kết hợp với các Thành phần lạnh hơn, vì vậy bạn có thể làm ấm kefir một chút để giúp ngăn điều này xảy ra nếu muốn.

c) Thêm Nguyên liệu ướt vào Nguyên liệu khô và đánh cho đến khi kết hợp hoàn toàn.

d) Để bột nghỉ từ 2 đến 3 phút. Điều này cho phép tất cả các Thành phần kết hợp với nhau và giúp bột có độ đặc tốt hơn.

e) Xịt đều dầu thực vật lên chảo chống dính hoặc vỉ nướng và đun nóng trên lửa vừa.

f) Sau khi chảo nóng, thêm bột bằng cốc đo ¼ cốc và đổ bột vào chảo để làm bánh kếp. Sử dụng cốc đo lường để giúp định hình bánh kếp.

g) Nấu cho đến khi các mặt bánh se lại và bong bóng hình thành ở giữa (khoảng 2 đến 3 phút), sau đó lật bánh.

h) Khi bánh đã chín ở mặt đó, lấy bánh ra khỏi bếp và bày ra đĩa.

91. Bánh kếp cà rốt

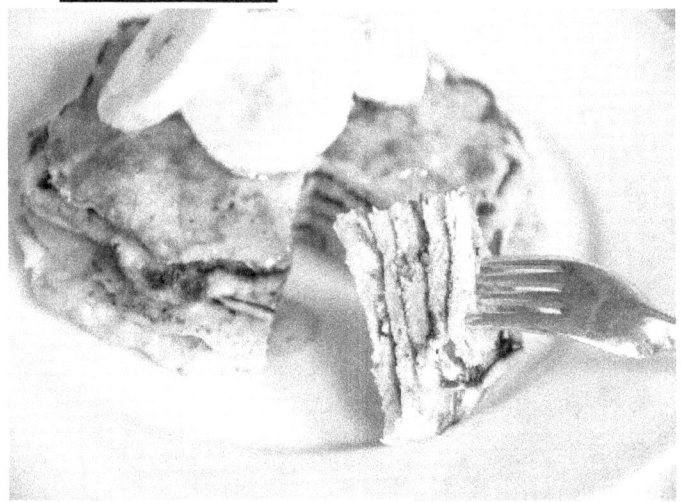

Thành phần:
- 1½ chén yến mạch cán kiểu cũ
- 1½ muỗng cà phê bột nở
- 1 muỗng cà phê baking soda
- ½ muỗng cà phê quế
- ¼ muỗng cà phê muối
- một ít bột đậu khấu
- 1 trứng lớn
- 2 muỗng canh dầu dừa, tan chảy
- 1 muỗng canh xi-rô phong
- 1 muỗng cà phê chiết xuất vani
- 1¼ cốc sữa ít béo 2%
- 1½ chén cà rốt nghiền mịn
- ½ chén nho khô vàng xắt nhỏ
- ½ chén quả óc chó xắt nhỏ

Hướng

a) Cho tất cả các Nguyên liệu, ngoại trừ cà rốt, nho khô và quả óc chó vào máy xay sinh tố. Dầu dừa tan chảy có thể đông lại khi kết hợp với các Thành phần lạnh hơn, vì vậy bạn có thể làm ấm sữa một chút để tránh điều này xảy ra nếu muốn.

b) Nghiền mọi thứ trong máy xay sinh tố cho đến khi bạn có một chất lỏng mịn.

c) Đổ hỗn hợp pancake vào tô lớn.

d) Thêm cà rốt, nho khô và quả óc chó vào bột và khuấy đều.

e) Để bột nghỉ từ 5 đến 10 phút. Điều này cho phép tất cả các Thành phần kết hợp với nhau và giúp bột có độ đặc tốt hơn.

f) Xịt đều dầu thực vật lên chảo chống dính hoặc vỉ nướng và đun nóng trên lửa vừa.

g) Sau khi chảo nóng, thêm bột bằng cốc đo ¼ cốc và đổ bột vào chảo để làm bánh kếp. Sử dụng cốc đo lường để giúp định hình bánh kếp.

h) Nấu cho đến khi các mặt có vẻ se lại và bong bóng hình thành ở giữa, sau đó lật bánh kếp.

i) Khi bánh đã chín ở mặt đó, lấy bánh ra khỏi bếp và bày ra đĩa.

92. Bánh chuối mật ong

Thành phần:
- 1 quả chuối chín, và nhiều hơn nữa để phục vụ
- 2 quả trứng lớn
- 1 thìa mật ong
- ½ muỗng cà phê bột nở
- Xi-rô phong, để phục vụ

Hướng

a) Cho chuối vào bát và nghiền cho đến khi chuối mềm và mịn - không bị vón cục.
b) Đập trứng vào một bát khác và đánh cho đến khi chúng được trộn đều.
c) Cho mật ong và bột nở vào bát chuối rồi đổ trứng vào. Whisk để kết hợp hoàn toàn mọi thứ lại với nhau.
d) Xịt đều dầu thực vật lên chảo chống dính hoặc vỉ nướng và đun nóng trên lửa vừa.
e) Khi chảo nóng, cho 2 thìa bột vào chảo để làm bánh xèo.
f) Nấu cho đến khi các mặt bánh se lại (bạn sẽ không thấy bong bóng nào), sau đó cẩn thận lật bánh.
g) Khi bánh đã chín ở mặt đó, lấy bánh ra khỏi bếp và bày ra đĩa.
h) Tiếp tục các bước này với phần bột còn lại.
i) Lên trên với chuối và xi-rô cây phong.

93. Pancake chuối việt quất

Thành phần:
- 1 chén bột đánh vần
- ½ muỗng cà phê bột nở
- ½ muỗng cà phê baking soda
- 1 quả chuối chín vừa, nghiền
- ¾ cốc sữa chua Hy Lạp nguyên chất
- ¼ chén + 2 muỗng canh sữa ít béo 2%
- 1 trứng lớn
- 2 muỗng canh xi-rô phong
- ½ chén quả việt quất

Hướng
a) Cho bột mì, bột nở và muối nở vào tô và đánh đều.
b) Trong một bát khác, đánh chuối nghiền, sữa chua, sữa, trứng và xi-rô phong cho đến khi kết hợp.
c) Thêm Nguyên liệu ướt vào Nguyên liệu khô và đánh cho đến khi kết hợp hoàn toàn.
d) Cẩn thận khuấy quả việt quất.
e) Để bột nghỉ từ 2 đến 3 phút. Điều này cho phép tất cả các Thành phần kết hợp với nhau và giúp bột có độ đặc tốt hơn.
f) Xịt đều dầu thực vật lên chảo chống dính hoặc vỉ nướng và đun nóng trên lửa vừa.
g) Sau khi chảo nóng, thêm bột bằng cốc đo ¼ cốc và đổ bột vào chảo để làm bánh kếp. Sử dụng cốc đo lường để giúp định hình bánh kếp.
h) Nấu cho đến khi các mặt bánh se lại và bong bóng hình thành ở giữa (khoảng 2 đến 3 phút), sau đó lật bánh.
i) Khi bánh đã chín ở mặt đó, lấy bánh ra khỏi bếp và bày ra đĩa.
j) Tiếp tục các bước này với phần bột còn lại.

94. bánh quế táo

Thành phần:
- 1¾ chén yến mạch cán kiểu cũ
- 1½ muỗng cà phê bột nở
- 1 muỗng cà phê baking soda
- ¼ muỗng cà phê quế
- ¼ muỗng cà phê muối
- 1 cốc nước sốt táo
- 2 muỗng canh dầu dừa, tan chảy
- 1 muỗng canh xi-rô phong
- 1 trứng lớn
- 1 muỗng cà phê chiết xuất vani
- ½ cốc sữa ít béo 2%

Hướng

a) Thêm tất cả các Thành phần vào máy xay sinh tố. Dầu dừa tan chảy có thể đông lại khi kết hợp với các Thành phần lạnh hơn, vì vậy bạn có thể làm ấm sữa một chút để tránh điều này xảy ra nếu muốn.

b) Nghiền mọi thứ trong máy xay sinh tố cho đến khi bạn có một chất lỏng mịn.

c) Đổ bột bánh pancake vào một cái tô lớn.

d) Để bột nghỉ từ 5 đến 10 phút. Điều này cho phép tất cả các Thành phần kết hợp với nhau và giúp bột có độ đặc tốt hơn.

e) Xịt đều dầu thực vật lên chảo chống dính hoặc vỉ nướng và đun nóng trên lửa vừa.

f) Sau khi chảo nóng, thêm bột bằng cốc đo ¼ cốc và đổ bột vào chảo để làm bánh kếp. Sử dụng cốc đo lường để giúp định hình bánh kếp.

g) Nấu cho đến khi các mặt bánh se lại và bong bóng hình thành ở giữa (khoảng 2 đến 3 phút), sau đó lật bánh.

h) Khi bánh đã chín ở mặt đó, lấy bánh ra khỏi bếp và bày ra đĩa.

i) Tiếp tục các bước này với phần bột còn lại.

95. Bánh pancake dâu tây

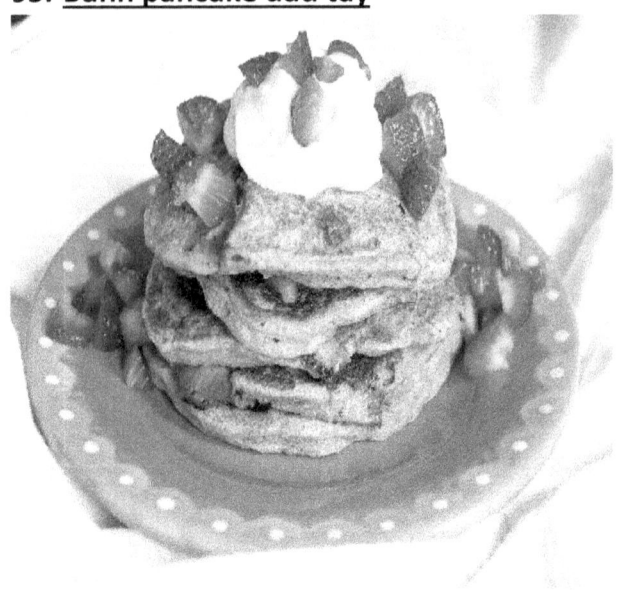

Thành phần:
- 1 chén bột đánh vần
- 2 muỗng canh hỗn hợp bánh pudding vani không đường
- ½ muỗng cà phê bột nở
- ½ muỗng cà phê baking soda
- ¾ cốc sữa chua Hy Lạp nguyên chất
- ½ chén + 2 muỗng canh sữa ít béo 2%
- 1 trứng lớn
- 2 muỗng canh xi-rô phong
- 1 chén dâu tây thái lát mỏng

Hướng

a) Cho bột mì, hỗn hợp bánh pudding, bột nở và muối nở vào tô và đánh đều.

b) Trong một bát khác, đánh sữa chua, sữa, trứng và xi-rô phong cho đến khi kết hợp.

c) Thêm Nguyên liệu ướt vào Nguyên liệu khô và đánh cho đến khi kết hợp hoàn toàn.

d) Cẩn thận khuấy trong dâu tây.

e) Để bột nghỉ từ 2 đến 3 phút. Điều này cho phép tất cả các Thành phần kết hợp với nhau và giúp bột có độ đặc tốt hơn.

f) Xịt đều dầu thực vật lên chảo chống dính hoặc vỉ nướng và đun nóng trên lửa vừa.

g) Sau khi chảo nóng, thêm bột bằng cốc đo ¼ cốc và đổ bột vào chảo để làm bánh kếp. Sử dụng cốc đo lường để giúp định hình bánh kếp.

h) Nấu cho đến khi các mặt bánh se lại và bong bóng hình thành ở giữa (khoảng 2 đến 3 phút), sau đó lật bánh.

i) Khi bánh đã chín ở mặt đó, lấy bánh ra khỏi bếp và bày ra đĩa.

j) Tiếp tục các bước này với phần bột còn lại.

96. bánh kếp việt quất

Thành phần:
- 1¾ chén yến mạch cán kiểu cũ
- 1½ muỗng cà phê bột nở
- 1 muỗng cà phê baking soda
- ½ muỗng cà phê quế
- ¼ muỗng cà phê muối
- 1 trứng lớn
- 2 muỗng canh dầu dừa, tan chảy
- 1 muỗng canh xi-rô phong
- 1 muỗng cà phê chiết xuất vani
- 1¼ cốc sữa ít béo 2%
- ½ chén quả việt quất

Hướng

a) Cho tất cả các Nguyên liệu, ngoại trừ quả việt quất, vào máy xay sinh tố. Dầu dừa tan chảy có thể đông lại khi kết hợp với các Thành phần lạnh hơn, vì vậy bạn có thể làm ấm sữa một chút để tránh điều này xảy ra nếu muốn.

b) Nghiền mọi thứ trong máy xay sinh tố cho đến khi bạn có một chất lỏng mịn.

c) Đổ hỗn hợp pancake vào tô lớn.

d) Cẩn thận khuấy quả việt quất.

e) Để bột nghỉ từ 5 đến 10 phút. Điều này cho phép tất cả các Thành phần kết hợp với nhau và giúp bột có độ đặc tốt hơn.

f) Xịt đều dầu thực vật lên chảo chống dính hoặc vỉ nướng và đun nóng trên lửa vừa.

g) Sau khi chảo nóng, thêm bột bằng cốc đo ¼ cốc và đổ bột vào chảo để làm bánh kếp. Sử dụng cốc đo lường để giúp định hình bánh kếp.

h) Nấu cho đến khi các mặt bánh se lại và bong bóng hình thành ở giữa (khoảng 2 đến 3 phút), sau đó lật bánh.

i) Khi bánh đã chín ở mặt đó, lấy bánh ra khỏi bếp và bày ra đĩa.

j) Tiếp tục các bước này với phần bột còn lại.

97. Pancake chuối dâu tây

Thành phần:
- 1 chén bột đánh vần
- ½ muỗng cà phê bột nở
- ½ muỗng cà phê baking soda
- ¾ cốc sữa chua Hy Lạp nguyên chất
- 1 quả chuối chín vừa, nghiền
- ½ chén + 2 muỗng canh sữa ít béo 2%
- 1 trứng lớn
- 2 muỗng canh xi-rô phong
- ¾ chén dâu tây thái lát

Hướng

a) Cho bột mì, bột nở và muối nở vào tô và đánh đều.
b) Trong một bát khác, đánh sữa chua, chuối nghiền, sữa, trứng và xi-rô cây phong cho đến khi kết hợp.
c) Thêm Nguyên liệu ướt vào Nguyên liệu khô và đánh cho đến khi kết hợp hoàn toàn.
d) Cẩn thận khuấy trong dâu tây.
e) Để bột nghỉ từ 2 đến 3 phút. Điều này cho phép tất cả các Thành phần kết hợp với nhau và giúp bột có độ đặc tốt hơn.
f) Xịt đều dầu thực vật lên chảo chống dính hoặc vỉ nướng và đun nóng trên lửa vừa.
g) Sau khi chảo nóng, thêm bột bằng cốc đo ¼ cốc và đổ bột vào chảo để làm bánh kếp. Sử dụng cốc đo lường để giúp định hình bánh kếp.
h) Nấu cho đến khi các mặt bánh se lại và bong bóng hình thành ở giữa (khoảng 2 đến 3 phút), sau đó lật bánh.
i) Khi bánh đã chín ở mặt đó, lấy bánh ra khỏi bếp và bày ra đĩa.
j) Tiếp tục các bước này với phần bột còn lại.

98. Đào và bánh kếp kem

Thành phần:
- 1¾ chén yến mạch cán kiểu cũ
- 2 muỗng canh hỗn hợp bánh pudding vani không đường
- 1½ muỗng cà phê bột nở
- 1 muỗng cà phê baking soda
- ½ muỗng cà phê quế
- ¼ muỗng cà phê muối
- 1 muỗng canh bơ, tan chảy
- 1 trứng lớn
- ¼ cốc sữa ít béo 2%
- 1 muỗng cà phê chiết xuất vani
- 2 cốc đào đã gọt vỏ và thái lát (nếu dùng đào đông lạnh, hãy rã đông chúng trước)

Hướng

a) Thêm tất cả các Thành phần vào máy xay sinh tố.
b) Nghiền mọi thứ trong máy xay sinh tố cho đến khi bạn có một chất lỏng mịn.
c) Đổ bột bánh pancake vào một cái tô lớn.
d) Để bột nghỉ từ 5 đến 10 phút. Điều này cho phép tất cả các Thành phần kết hợp với nhau và giúp bột có độ đặc tốt hơn.
e) Xịt đều dầu thực vật lên chảo chống dính hoặc vỉ nướng và đun nóng ở nhiệt độ trung bình thấp.
f) Sau khi chảo nóng, thêm bột bằng cốc đo ¼ cốc và đổ bột vào chảo để làm bánh kếp. Sử dụng cốc đo lường để giúp định hình bánh kếp.
g) Nấu cho đến khi các mặt bánh se lại và bong bóng hình thành ở giữa (khoảng 2 đến 3 phút), sau đó lật bánh.
h) Khi bánh đã chín ở mặt đó, lấy bánh ra khỏi bếp và bày ra đĩa.
i) Tiếp tục các bước này với phần bột còn lại.

99. Bánh pancake chuối

Thành phần:
- 1 chén bột đánh vần
- ½ muỗng cà phê bột nở
- ½ muỗng cà phê baking soda
- ¾ cốc sữa chua Hy Lạp nguyên chất
- 1 quả chuối chín vừa, nghiền
- ½ chén + 2 muỗng canh sữa ít béo 2%
- 1 trứng lớn
- 2 muỗng canh xi-rô phong

Hướng

a) Cho bột mì, bột nở và muối nở vào tô và đánh đều.
b) Trong một bát khác, đánh sữa chua, chuối nghiền, sữa, trứng và xi-rô cây phong cho đến khi kết hợp.
c) Thêm Nguyên liệu ướt vào Nguyên liệu khô và đánh cho đến khi kết hợp.
d) Để bột nghỉ từ 2 đến 3 phút. Điều này cho phép tất cả các Thành phần kết hợp với nhau và giúp bột có độ đặc tốt hơn.
e) Xịt đều dầu thực vật lên chảo chống dính hoặc vỉ nướng và đun nóng trên lửa vừa.
f) Sau khi chảo nóng, thêm bột bằng cốc đo ¼ cốc và đổ bột vào chảo để làm bánh kếp. Sử dụng cốc đo lường để giúp định hình bánh kếp.
g) Nấu cho đến khi các mặt bánh se lại và bong bóng hình thành ở giữa (khoảng 2 đến 3 phút), sau đó lật bánh.
h) Khi bánh đã chín ở mặt đó, lấy bánh ra khỏi bếp và bày ra đĩa.
i) Tiếp tục các bước này với phần bột còn lại.

100. bánh kếp nhiệt đới

Thành phần:
- 1¾ chén yến mạch cán kiểu cũ
- 1½ muỗng cà phê bột nở
- 1 muỗng cà phê baking soda
- ½ muỗng cà phê quế
- ¼ muỗng cà phê muối
- 1 quả chuối chín vừa, nghiền
- 2 muỗng canh dầu dừa, tan chảy
- 1 muỗng canh xi-rô phong
- 1 trứng lớn
- 1 muỗng cà phê chiết xuất vani
- ¾ cốc sữa ít béo 2%
- ½ chén nước cốt dừa béo đóng hộp
- ½ chén dứa thái hạt lựu (nếu dùng đông lạnh, hãy chắc chắn rằng nó đã được rã đông)
- ½ chén xoài thái hạt lựu (nếu sử dụng đông lạnh, hãy chắc chắn rằng nó đã được rã đông)

Hướng

a) Cho tất cả Nguyên liệu, trừ dứa và xoài, vào máy xay sinh tố. Dầu dừa tan chảy có thể đông lại khi kết hợp với các Thành phần lạnh hơn, vì vậy bạn có thể làm ấm sữa một chút để tránh điều này xảy ra nếu muốn.

b) Cho hỗn hợp vào máy xay sinh tố cho đến khi bạn có một chất lỏng mịn.

c) Đổ bột bánh pancake vào một cái tô lớn.

d) Cho dứa và xoài vào đảo đều.

e) Để bột nghỉ từ 5 đến 10 phút. Điều này cho phép tất cả các Thành phần kết hợp với nhau và giúp bột có độ đặc tốt hơn.

f) Xịt đều dầu thực vật lên chảo chống dính hoặc vỉ nướng và đun nóng ở nhiệt độ trung bình thấp.

g) Sau khi chảo nóng, thêm bột bằng cốc đo ¼ cốc và đổ bột vào chảo để làm bánh kếp. Sử dụng cốc đo lường để giúp định hình bánh kếp.

h) Nấu cho đến khi các mặt bánh se lại và bong bóng hình thành ở giữa (khoảng 2 đến 3 phút), sau đó lật bánh.

i) Khi bánh đã chín ở mặt đó, lấy bánh ra khỏi bếp và bày ra đĩa.

PHẦN KẾT LUẬN

Bánh crepe và bánh kếp không chỉ ngon mà còn là cách tuyệt vời để bạn bắt đầu ngày mới. Với rất nhiều biến thể và thành phần để lựa chọn, chúng có thể được tùy chỉnh để phù hợp với bất kỳ khẩu vị hoặc sở thích ăn kiêng nào. Vậy tại sao không thử một công thức mới và thưởng thức bữa sáng hoặc bữa nửa buổi ngon miệng và thỏa mãn?

www.ingramcontent.com/pod-product-compliance
Lightning Source LLC
Chambersburg PA
CBHW070349120526
44590CB00014B/1064